மேடைப் பேச்சின் பொன்விதிகள்!

மேடைப் பேச்சின் பொன்விதிகள்!

செல்வேந்திரன்

எழுத்து பிரசுரம்

Title: Medai Pechin Ponvidhigal
Author's Name: Selventhiran

Published by Ezutthu Prachuram

Ezutthu Prachuram
(An imprint of Zero Degree Publishing)
No. 55(7), R Block, 6th Avenue,
Anna Nagar,
Chennai - 600 040

Website: www.zerodegreepublishing.com
E Mail id: zerodegreepublishing@gmail.com
Phone: 89250 61999

Ezutthu Prachuram First Edition: January 2023
ISBN: 978-93-95511-31-5
TITLE NO EP: 416

Cover Design: Santhosh Narayanan
Layout: Vijayan, Creative Studio

ஆசிரியர் ஜெயமோகனுக்கு அன்புடன்

முன்னுரை

உலகின் பிரபலமான அச்சங்களுள் ஒன்று மேடை பயம். ஆனால், இந்நூலை நீங்கள் வாசிக்கத் தேர்ந்ததில், உங்களுக்குப் பேச்சில் பிரியம் உண்டு என்பதைப் புரிந்துகொள்கிறேன். சில தயக்கங்கள், மெல்லிய குழப்பங்கள், ஆரம்ப கட்ட தடுமாற்றங்கள் இருக்கலாம். அவை எளிதான பயிற்சிகளின் வழியாக சுலபமாகத் தாண்டக் கூடியவையே. சற்று சவாலான சில தடைகள் இருக்கின்றன. அவற்றைத்தான் இந்நூல் அதிகமும் பேசுகிறது.

ஓர் அறிவியக்கமாகத் திகழ்ந்த தமிழ் மேடைகளின் தரம் இன்று பெருமளவில் தாழ்த்தப்பட்டுள்ளது. விரல் விட்டு எண்ணக்கூடியவர்களே சிறந்த உரைகளை நல்குகிறார்கள். பாமரர்களையும் சிந்திக்கத் தூண்டும் பொறுப்புடைய அறிஞர்களெல்லாம், ஒரு கோமாளியின் அளவிற்குக் கீழிறங்கி கூத்தடிக்கிறார்கள். ஆழமான உரையாளர்களுக்குரிய இடத்தைத் தங்கள் கேளிக்கைச் செயல்பாடுகளால் இல்லாமல் ஆக்குகிறார்கள். நமது மேடைகளைக் கவனிக்கிற வெளியாள் நமது சமூகத்தின் அறிவுத்தரம் மீதான நம்பிக்கையை இழந்துவிடும் அபாயம் இருக்கிறது.

இந்நூலின் நோக்கம் தரமான, செறிவான உரையை வழங்க விரும்புகிறவர்களுக்கும், கேட்க விரும்புகிறவர்களுக்குமானது. சிற்சில விஷயங்களைக் கவனத்தில் கொண்டால், எவராலும் ஆழமான உரைகளை வழங்க முடியும்.

நவீன வாழ்க்கையில் நீங்கள் விரும்பினாலும், விரும்பாவிட்டாலும் பேசியே ஆகவேண்டிய தருணங்கள் அமைந்துகொண்டே இருக்கும். இந்நூலில் குறிப்பிட்டுள்ள விஷயங்கள் எல்லா வகையான உரைகளுக்கும் பொருந்தக்கூடிய ஆதார விதிகள்தான். ஆகவே இது அனைவருக்குமான புத்தகம்தான்.

இந்தப் புத்தகத்தில் சபை வணக்கம், உள்ளடக்கம், உரை தயாரிப்பு, உள்ளடக்கத் தொழில்நுட்பங்கள், உச்சரிப்பு, தன்னியல்பாக அடையும் உச்சங்கள், மேடை நாகரீகங்கள், செய்ய வேண்டியவை, செய்யக்கூடாதவை, கவித்துவ இறுதி என பல்வேறு விஷயங்களைச் சுருக்கமாகச் சொல்லி இருக்கிறேன். இவை ஓர் எளிய அடிப்படை மட்டுமே. மேலதிக ஆர்வம் உள்ளவர்களுக்கென ஆயிரக்கணக்கான புத்தகங்களும் நூற்றுக்கணக்கான பயிற்சி வகுப்புகளும் உள்ளன.

8 வயதில் மேடையேறினேன். அதன் பிறகான முப்பதாண்டுகளில் ஆன்மிகச் சொற்பொழிவாளனாக, பட்டிமன்றப் பேச்சாளனாக, இலக்கிய உரைகளை நிகழ்த்துபவனாக, அரசியல் உரைகளைத் தயாரித்துக் கொடுப்பவனாக, பேச்சுப் பயிற்சி அளிப்பவனாக என்று அந்தந்த வயதிற்கும், காலகட்டத்திற்கும் ஏற்ப மேடைகளோடு ஒட்டி ஒழுகிய வாழ்க்கை என்னுடையது. இவற்றையெல்லாம் தாண்டி இந்நூலை எழுத எனக்கிருக்கும் தகுதியாக நான் கருதுவது, கடந்த ஒரு நூற்றாண்டின் மேடை உரைகளை வாசித்தும் கேட்டும் அவதானித்தும் ஆய்வுகளைச் செய்ததுதான்.

தோன்றிற் புகழோடு தோன்றுக என்றால் பிறக்கும்போதே பெருமையோடு பிறக்கவேண்டும் என்று பொருளல்ல. அது மன்னர் மகன்களுக்குத்தான் சாத்தியம். ஓர் அவையில் தோன்றுவதாக இருந்தால், ஒரு மேடையில் தோன்றுவதாக இருந்தால், அதற்குரிய தகுதியோடும் புகழோடும் தோன்றுக என்பதே இதன் மெய்ப்பொருள். இந்நூலை வாசித்த பிறகு நீங்கள் தோன்றும் சபைகளில், மேடைகளில் நீங்கள் புகழோங்கித் திகழ்வீர்கள்.

இந்தப் புத்தகம் நீட்டி முழக்காமல் வளவளத்துக்கொண்டிராமல், ஒரு க்ராஷ் கோர்ஸ் போல பயன்பட வேண்டுமென்று

விரும்பினேன். முடிந்த மட்டும் மிகச்சுருக்கமாக எழுதி இருக்கிறேன். என்னுடைய இலக்கிய உரைகள் சிலவற்றை இணைத்துள்ளேன்.

வாசித்து கருத்துரைத்த காளி ப்ரசாத்துக்கும், அட்டைப்படம் நல்கிய சந்தோஷ் நாராயணனுக்கும், கிண்டில் நூலாக வெளியிட உதவிய அழிசி ஸ்ரீனிவாச கோபாலனுக்கும், அச்சுப் புத்தகமாக வெளியிடும் ஜீரோ டிகிரி பப்ளிஷிங் ராம்ஜீக்கும் காயத்ரிக்கும் புத்தக வடிவமைப்பு செய்த விஜயனுக்கும் உற்சாகமூட்டிய ஜீரோ டிகிரி வித்யாவுக்கும் என் மனப்பூர்வமான நன்றிகள்.

தலை சிறந்த பேச்சாளராகவும் தன்னை நிறுவிக்கொண்ட என்னுடைய ஆசிரியர் ஜெயமோகனுக்கு இச்சிறு நூலை சமர்ப்பிக்கிறேன்.

- செல்வேந்திரன்
k.selventhiran@gmail.com

பொருளடக்கம்

மேடைப் பேச்சின் பொன்விதிகள்!

1. பேச்சாளன் தன் எல்லைகளைத் துல்லியமாக வகுத்துக்கொள்ளவேண்டும். நூறுவிதமான அமைப்புகள், நூறுவிதமான தலைப்புகளில் பேசச் சொல்லலாம். நீங்கள் எவற்றை பேசுவதில் விற்பன்னரோ அவற்றைப் பேச வேண்டும். ஏழாம் வாய்ப்பாடும் இலக்கியக் கோட்பாடும் தெரியாதென்றால் பேசப்படாது. தன்மானத்தை சர்பத் போட்டு சன்மானம் பெறவேண்டியதில்லை.

2. தான் உறுதியாக நம்புகிற விழுமியங்களையும், அசலான சிந்தனைகளையும் வெளிப்படுத்த வேண்டும். மேடைக்காக ஒரு பிம்பத்தை உருவாக்க நினைத்தால் அது நிச்சயம் வெளிப்பட்டு விடும். கூடுமானவரை உண்மைக்கு நெருக்கமாக இருப்பதே உரையைக் காப்பாற்றும். பேச்சாற்றலை முன்னிறுத்தாமல், உண்மையான உணர்ச்சியுடன் பேசவேண்டியதைப் பேசுங்கள்.

பயிற்சி:

இயற்கை விஞ்ஞானி நம்மாழ்வார், சூழியல் போராளி வந்தனா சிவா, பாராளுமன்ற உறுப்பினர் மஹுவா மொய்த்ரா ஆகியோரது உரைகளைக் கவனித்துப் பாருங்கள். தான் சொல்கிற விஷயத்தில் அவர்களுக்கு இருக்கும் *conviction* புரியும்.

3. ஊரை, அமைப்பாளர்களை, பார்வையாளர்களை மிகையாக ஒரு சொல் புகழக் கூடாது. ஓர் ஊருக்கென்று,

இனத்திற்கென்று தனிப்பெரும் தகுதிகள் இருப்பதாகச் சொல்லி கைதட்டல் பெறுவது சல்பித்தனம். அசலான அறிஞன் அதைச் செய்யமாட்டான். அப்படி ஏதேனும் நூதன சிறப்பம்சங்களைக் கண்டுபிடித்தாலும், நிகழ்காலச் சிறுமைகளை எண்ணி கைவிடுக.

4. தனியார் நிறுவனங்கள், தன்னார்வலத் தொண்டு நிறுவனங்களைப் பத்தாயிர ரூபாய்க்காகப் பலவாறு புகழ்ந்துவிட்டு, பிற்பாடு அவர்களின் செயல்பாடுகளில் பிசகுகள் நிகழ்கையில் பிராண சங்கடமாகிவிடும். காசை வாங்கிக்கொண்டு என்ன வேண்டுமானாலும் பரிந்துரைக்க மேடைப்பேச்சாளன் சோஷியல் மீடியா இன்ஃப்ளூயன்ஸர் அல்ல.

5. அந்த நிலப்பகுதியின் மக்களே அறியாத ஓர் அறிஞரை நினைவு கூர்ந்தோ, வரலாற்றை நினைவு கூர்ந்தோ உரையை தொடங்குவது நல்லறிஞர்களின் பாணி.

6. முடிந்த மட்டும் பேச்சின் தொடக்கமே அதிரடியாக இருப்பது நலம். ஒரு பொதுவான நம்பிக்கையை அடித்து நொறுக்குவதாக அமைவது மிகுந்த உசிதம்.

உதாரணம்:

வெள்ளையருக்கு எதிரான முதல் எதிர்ப்பு இந்திய சிப்பாய்க் கலகம் என்கிறார்கள் வரலாற்றாசிரியர்கள், ஆனால் அதற்கு நூறாண்டுகளுக்கு முன்னரே ஆங்கிலேயருக்கு அடிபணிய மறுத்து தன் வாளை உயர்த்தினான் ஒரு தமிழன், அவன் பெயர் மருதநாயகம்...

7. ஊடகப்பெருக்கத்தால் ஓயாமல் வாயாடுதல் நிகழும் சூழலில், பார்வையாளன் ஓர் உரைக்குச் செவி கொடுப்பது சில காரணங்களுக்காகத்தான்.

   அ) முற்றிலும் புதிய சிந்தனை / கோணம் / ஐடியா அறிந்துகொள்வதற்காக

ஆ) சுவாரஸ்யமான கதைகள் அல்லது வரலாற்று சம்பவத்தைக் கேட்பதற்காக

இ) வாழ்க்கைக்கோ, தொழிலுக்கோ அல்லது கலைக்கோ பயன்படக் கூடிய விஷயங்களுக்காக

ஈ) நாடகீயமான தருணங்களில் நெகிழ்ந்து நெக்குருக

உ) நம்பிக்கை / மன ஆறுதல் பெற

8. 45 நிமிடங்களுக்கு மேல் பேசுவது குற்றம். அழைப்பவர்கள் கூடுதலாகப் பேசச் சொன்னால், உரையை இண்ட்ராக்‌ஷன் பாணியில் வைத்துக்கொள்வதே சிறந்தது.

9. நாம் சொல்வது பார்வையாளனுக்குச் சரியாக சென்று சேர்ந்ததா எனும் ஐயத்தில் ஒரே விஷயத்தை மீண்டும் மீண்டும் சுற்றிவந்தால், பேசுகிறவனுக்கே அது போரடிக்கும். நீங்கள் வகுப்பெடுக்க வரவில்லை. அவசியப்பட்டால், இறுதியில் தொகுத்து சொல்லிக்கொள்ளலாம்.

10. உங்களுக்குத் தெரிந்த அல்லது சொல்ல விரும்புகிற அனைத்து கருத்துக்களையும் ஒரே உரைக்குள் சொல்லத் துடிப்பது சரியல்ல. ஒரு மேடையில் அதிகபட்சம் மூன்று விஷயங்களைச் சொல்லலாம். அவற்றை விளக்க துணைத்தலைப்புகளை வைத்துக்கொள்ளலாம்.

11. சொல்ல நினைத்திருந்த சில விஷயங்களைக் குறிப்பிட மறந்துவிட்டால் ஒன்றும் பெரிய குற்றம் இல்லை. பேச்சைத் தொடருங்கள். விடுபடல்களால் பேச்சு அழகுறவே செய்யும்.

12. திரள் உரை (பொதுவான பார்வையாளர்களை உள்ளடக்கிய அரங்கு) எனில் சொற்பொழிவை முடிக்கையில் மீண்டும் ஒருமுறை சுருக்கமாகத் தொகுத்துச் சொல்வது நமக்கும் நாட்டிற்கும் நல்லது. விழா தொகுப்பாளரிடம் நான் என்ன பேசினேன் என்பதை தொகுத்துச் சொல்லவேண்டாம் என்பதை ஒரு கோரிக்கையாக முன்னதாகவே சொல்லிவிடலாம். உங்கள் பேச்சை இன்னொருவர் மறுத்தோ, தொகுத்தோ பேச அனுமதிக்கக் கூடாது. பொதுமேடை மறுத்துப் பேசுவதற்கான இடம் அல்ல. தொகுத்துப் பேசுவது பார்வையாளனின் அண்டர்ஸ்டாண்டிங்கை கலைத்துவிடும். தன்னிறுப்புத்துறுத்திகள் கேட்க மாட்டார்கள். ஆகவே, உரையை முடிக்கும்போது மீண்டும் ஒருமுறை பொதுமேடையிலேயே குறிப்பிட்டுவிடலாம்.

13. உரையை எழுதி, சிறப்பாக எடிட் செய்து அதை பிரிண்ட் அவுட் எடுத்து மூன்று முறை வாசிக்கவேண்டும். பிறகு அந்தப் பேப்பரை சுக்கல் சுக்கலாகக் கிழித்து எறிய வேண்டும். முடிந்தால் எரிப்பது நல்லது. இது தங்கு தடையற்ற சொற்பொழிவை ஆற்ற மிகச்சிறந்த பயிற்சி. கொஞ்சம் தேறியதும் இந்தப் பழக்கத்தை கைவிட்டுவிட்டால், தரமும் நம்மை கைவிட்டு விடும். உலகம் முழுக்க சிறந்த பேச்சாளர்கள் இவ்வழக்கத்தை இன்றும் கைக்கொள்கின்றனர்.

14. மொத்த உரையையும் கையில் வைத்துக்கொண்டு பேசவே கூடாது. அதிக பட்சம் ஏ7 சைஸ் பேப்பரில் குறிப்புகள் வைத்திருக்கலாம்.

15. குறிப்புகள் உரைக்கான உத்தேச கட்டுமானம்தான். நல்ல உரை என்பது மேடையில் பேசுகையில் தன்னெழுச்சியாக புதிய உயரங்களை அடைவதுதான். பேச்சு ஒரு நிகழ்த்துக்கலை. நிகழ வேண்டும். அது எப்படி சார் என்பவர்கள் இணையத்தில் 'ஜெயகாந்தனின்' உரைகளைக் கேட்கலாம். பேச ஆரம்பித்த நாட்களிலேயே இந்த 'நிகழ்தல்' திகழாது. ஒரொரு நாளும் தன்னை கூர்மையாக்கி அடைய வேண்டிய இலக்கு அது.

கவித்துவமான உவமைகள், உருவகங்கள், படிமங்கள், அழகிய சொல்லாடங்கள், அரிய சொற்சேர்க்கைகள், புதுமையான சொலவடைகள், சட்டென்று நெஞ்சில் பற்றிக்கொள்ளும் கவிதை வரிகள், மூல மந்திரம் போன்ற கொள்கை முழக்கங்கள் பேச்சுக்கு அழகு சேர்க்கக் கூடியவை. ஆனால், பொருத்தமான இடங்களில் தன்னியல்பாக வந்து அமரவேண்டும். வலிந்து புகுத்தினால் சின்னப்பட்டுப் போய்விடும். கல்பற்றா நாராயணன், பாலச்சந்திரன் சுள்ளிக்காடு போன்ற மலையாளப் பேச்சாளர்களின் உரைகளைக் கேட்டால், நான் சொல்வதை நீங்களும் சரியென்பீர்கள்.

16. உரையில் இருக்கும் நகைச்சுவை நீங்கள் எங்கோ வாசித்த, கேட்ட ஒன்றாக இருக்கலாகாது. உங்களுடைய இயல்பான வெளிப்பாடாக இருப்பதே சிறப்பு. நமது பட்டிமன்ற நடுவர்கள் செய்யும் உறுமல்கள், செருமல்கள், சிணுங்கல்கள்,

விதிர்விதிர்ப்புகள் நகைச்சுவைப் பட்டியலில் வராது. அவை சர்க்கஸ் கோமாளிகளிடமிருந்து பெறப்பட்ட தொழில்நுட்பங்கள். நமக்கு வேண்டாம். கிருபானந்த வாரியார், கவிஞர் சாம்ராஜ், அறிஞர் அண்ணாதுரை உரைகளைக் கேட்டுப் பாருங்கள்.

17. நீங்கள் ஒரே துறையைப் பற்றி தொடர்ந்து பேசுபவராக இருக்கலாம். நான்கு மேடைகளுக்குப் பிறகு உங்கள் மனம் ஒரு பக்கம் இருக்க, நீங்கள் சொல்ல வேண்டியதை வாய் தன்னியல்பாக சொல்லிக்கொண்டு இருக்கும். இது பேச்சில் பெரும்பிழை. ஒவ்வொரு சொல்லும் ஆத்மார்த்தமாக, முழு பிரக்ஞையோடு, அதற்குரிய உணர்ச்சியோடு தெளிவாக முழுமையாக சொல்லப்பட வேண்டும். இதை நான் ‘டெலிவரி ஸ்பிரிட்’ என்பேன்.

சீமான் அனேகமாக தனது ஒவ்வொரு உரைகளிலும் தற்சார்புப் பொருளியல் குறித்தோ, சூழியல் சார்ந்து சொல்கிற விஷயங்களோ பலமுறை அவரது உரைகளில் இடம்பெற்றது என்றாலும் ஒவ்வொரு முறையும் உணர்ச்சி குறையாமல் பேசுவதை நீங்கள் கவனித்திருக்கலாம். ஏறத்தாழ ஒரே கருப்பொருளைப் பேசுபவர்கள் கூட ஒவ்வொருமுறையும் தான் பேசுகிற விஷயத்தின் ஜீவன் கெடாமல் அதை வெளிப்படுத்துவதை நீங்கள் கவனித்துப் பார்க்கலாம்.

பயிற்சி:

விளையனூர் ராமச்சந்திரன், பழனி பாபா, பேராசிரியர் சுல்தான் அகமது இஸ்மாயில் ஆகியோரது உரைகளைக் கவனிக்கவும்.

18. நீங்கள் மேடையில் ஏறிய மறுகணமே ஆசிரியனாகிறீர்கள். ஏதோ ஒன்றைச் சாதித்துதான் அங்கே நிற்கிறீர்கள். கீழே இருப்பவர்கள் ஆசிரியனின் சொல் கேட்க வந்தவர்கள். ஆகவே அவர்களைக் கண்டு பயப்பட தேவையில்லை. அரங்கில் இருக்கும் ஒவ்வொருவரின் கண்களைப் பார்த்து பேச்சைத் தொடரவேண்டும். சிலர் தங்கள் உடல்மொழியில் கடுப்பேற்றுவார்கள். போனை

நோண்டிக்கொண்டிருப்பார்கள். கடிகாரத்தைக் கழட்டி உதறிக் கூட பார்க்கலாம். தன் பேசுபொருளில் நம்பிக்கையும் மதிப்பும் கொண்டவனுக்கு அவர்கள் ஒரு பொருட்டல்ல.

19. ஆனால், உங்கள் உரையைப் பாதிக்கக் கூடிய செயலை செய்தால் (உம்: சத்தமாக போனில் பேசுவது, மனைவியோடு சண்டையிடுவது, குழந்தையின் தொடையில் கிள்ளி வைப்பது) பேச்சை நிறுத்தி அவர்களை சில நொடிகள் உற்றுப் பார்க்கவேண்டும். சிலர் அவரை திரும்பிப் பார்த்து அதட்டுவார்கள். இஃதொரு வன்கொடுமைதான். ஆனால், தமிழ் மேடைகளை இவர்களிடமிருந்து காப்பாற்ற வேறு வழியில்லை.

20. நீங்கள் உண்மையிலேயே பெரிய ஆள் என்றால், மக்கள் திரளுக்கு உங்களை அறிமுகப்படுத்த வேண்டிய அவசியம் இராது. அறிமுகப்படுத்தினால்தான் தெரியும் என்றால் நீங்கள் பெரிய ஆள் இல்லை என்பதே உண்மை. ஆகவே ஏழு ஏ4 சைஸ் தாளில் உங்கள் ப்ரொபைலை எழுதிக்கொடுத்து வாசிக்க வைக்காதீர்கள்.

செல்வேந்திரன் ஓர் இளம் எழுத்தாளர். சில கட்டுரை நூல்களை எழுதியுள்ளார். அர்த்தமண்டபம் எனும் நிறுவனத்தை நடத்தி வருகிறார். இவ்வளவு தகவல்கள் போதும். மனைவியின் வைர அட்டியல்கள் நம் வியர்வையின் விளைச்சல்கள்தான் எனினும் ப்ரொபைலில் தேவையில்லை.

பயிற்சி:

தமிழ் விக்கிப்பீடியா பதிவுகளின் முதல் பாராக்களை வாசித்துப் பார்க்கவும்.

21. பெர்சனாலிட்டி என்பது தோற்றம் மட்டுமல்ல. ஆளுமையில் குரலுக்கு மிக மிக முக்கியப் பங்கிருக்கிறது. உங்களைப் பற்றிய மதிப்பை உருவாக்குவதில் தோற்றத்தை விடவும் குரல் ஒரு படி முக்கியமானது. பேச்சாளனுக்குக் குரல்வளம் முக்கியம். குரல் நாண்களுக்குள் செல்லும் காற்று குரல் ஆளுமையை தீர்மானிக்கிறது. உங்களுக்கு எவ்வளவு சுமாரான குரல் என்றாலும் முறையான சரியான பயிற்சியின்

மூலம் அதை சரி செய்துகொள்ள முடியும். பல நூறு பயிற்சியாளர்கள் இணையத்தில் கிடைக்கிறார்கள். வாய்ஸ் கல்ச்சர் பற்றிய பல புத்தகங்கள் கிடைக்கின்றன. சுமாரான குரல்களை மேம்படுத்த முடியும். நல்ல குரல்களை நம்பர் ஒன் குரல்களாக்க முடியும்.

22. நீங்கள் எவ்வளவு பெரிய சாதனையாளராக இருந்தாலும், உங்கள் பேச்சைக் கேட்டால் வானத்திலிருந்து வைரம் கொட்டுமென்றாலும் கூட ஏற்ற இறக்கம் இல்லாத தொனியில் பேசப்படும் உரையை எவரும் கேட்க மாட்டார்கள். குரலை ஏற்றி இறக்கிப் பேசுவது சற்று நாடகீயம்தான் என்றாலும், ஒருவர் பேச பல பேர் கேட்கும் கூட்டு முயற்சியில் இந்த ஏற்ற இறக்கம் மிக மிக அத்யாவசியம்.

பயிற்சி:

திருச்சி கல்யாணராமன், சு.வெங்கடேசன், பழனி பாபா, சீமான், நெல்லைக்கண்ணன், பாரதி கிருஷ்ணகுமார் போன்றவர்களின் உரைகளின் ஏற்ற இறக்கங்களைக் கவனித்துப் பாருங்கள்.

23. சிலர் தங்களது குரலின் தன்மைக்கேற்ப அந்தரங்கமான சீரான குரலில் ஆத்மார்த்தமான உரைகளை அமைத்துக்கொள்வார்கள். எஸ்.ராமகிருஷ்ணன், வண்ணதாசன், ஜெயமோகன், வேளுக்குடி கிருஷ்ணன் ஆகியோர் இந்த வகைமைக்குள் வரக்கூடியவர்கள். இவர்களது ஆகிருதி பார்வையாளரைச் செவி கொடுக்க வைக்கும். எல்லாருக்கும் இது வாய்க்குமென சொல்ல முடியாது.

24. குரலில் ஏற்ற இறக்கம் என்பதை பேசுபொருள்தான் தீர்மானிக்கவேண்டும். ஈஸிஜி ரிப்போர்ட் போல உச்சஸ்தாயில் கத்துவது, மறுநிமிடம் மிருதுவாக பேசுவது, அடுத்து வெடித்துப் பிளிறுவது போன்ற திராவிட பாணி மிகையுணர்ச்சி மேடை உரைகளை இன்றைய மில்லினியல்ஸ் 'நல்லா சர்க்கஸ் பண்ற மேன் நீ' என்பதாகத்தான் பார்க்கிறார்கள். அதீதமான உணர்ச்சிக்குவியல் பேச்சுக்களை

மக்கள் சந்தேகிப்பார்கள். மிருதுவாகப் பேசிய காந்தியின் குரலே இந்தியா தாண்டியும் எதிரொலித்தது, அதிலிருந்த சர்க்கஸால் அல்ல, சத்தியத்தால்!

23. வது பாயிண்டுக்கும், 25வது பாயிண்டுக்கும் இடையே ஒரு முரண் இருக்கிறது. இந்த இரண்டிற்கும் மத்தியில் ஒரு பாதையை நூல் பிடித்துச் செல்வதே நல்லது.

25. போலியான சத்தியாவேசம், வீராவேச சவடால்கள், கொக்கரிப்புகள், எக்களிப்புகள், சிலுப்பல்களின் காலம் முடிந்துவிட்டது. இந்த டிஜிட்டல் யுகத்தில் எந்தப் பேச்சு எப்படி குறுகத்தறித்து குறுஞ்செய்தியாகி வாட்ஸாப் வைரலாகுமென அறியமாட்டீர்கள். ஆகவே, ஷோல்டரை ஏற்றி இறக்கிக்கொண்டு, உடலை மேரு மலையாக்கி தோள் துண்டை வாசுகியாக்கி தன்னைத்தானே மேடையில் கடைவதைக் குறைத்துக்கொண்டு, உணர்ச்சியைக் கட்டுப்படுத்திக்கொண்டு இடம் பொருள் ஏவல் அறிந்து பேசுவதே உசிதம்.

26. ஸ்பாண்டெனியஸ் ஓவர்ஃப்ளோ என பொங்கிப் பிரவகிக்கும் படைப்பூக்கத்தை நம்பி உரையை அமைக்கக் கூடாது. மேடையில் போதம் இன்றி பேசும் வார்த்தைகளுக்காக மாட்டிக்கொள்ளும் 'பாலிமர் செய்திகளுக்காக வேல்ராஜ்' யுகம் இது.

ஸ்பாண்டெனிட்டியை நம்பினால், வாயில் பாண்டேஜ் போட்டுக்கொள்ளவேண்டி இருக்கும். அதிலும் மதம், தமிழுணர்வு, தேசியம், சமூக நீதி, சமத்துவம் போன்ற சென்சிட்டிவ் விஷயங்களைப் பேசுகையில் ஒரொரு சொல்லும் 'வெல்லும்சொல் இன்மை அறிந்து' தேர்ந்தெடுத்துப் பேச வேண்டும். பொலிட்டிக்கல் கரெக்ட்னெஸ் இல்லாமல் பேசினால், வாழ்க்கையில் பாலிட்டிக்ஸ் விளையாடி விடும்.

27. ஒரு புள்ளி விபரம் சொல்கிறது, ஒரு ஆய்வு சொல்கிறது என்று மேடையில் அடித்து விடக் கூடாது. பொய், மிகையுணர்ச்சி இரண்டும் எவ்வளவு தவிர்க்கப்படுகிறதோ அந்தளவிற்கு உரை முக்கியத்தும் வாய்ந்ததாகும். ஆகவே,

துல்லியமாக எந்த நிறுவனம் எப்போது எப்படி எதற்காக செய்த ஆய்வு என்பதை சுருக்கமாக சுவாரஸ்யமாக சொல்லவேண்டும். நினைவில் வைத்துக்கொள்ள முடியாத ஆய்வு முடிவுகளை, எண்களை மேடையில் சொல்வதால் பயனேதும் இல்லை. அந்தத் தரவுகளை எவராலும் பின் தொடரமுடியாது. தவிர்க்கலாம்.

28. இன்று பெரும்பாலான சுயமுன்னேற்ற, தன்னம்பிக்கை உரைகள் ஊழியர்களிடமிருந்து மேலும் உழைப்பைக் கறக்கும் பொருட்டு நிகழ்கிறது. ஊக்குவிப்பார் ஊக்குவித்தால் ஊக்கு விற்பவனும் தேக்கு விற்பார், தொடுவானம் உன் மூக்கிற்குக் கீழ், ஆழ்கடலும் உன் கால் கரண்டைக்குக் கீழ், எட்டி மிதித்தால் ஏரோப்ளேனும் எட்டடி தாண்டி விழும் போன்ற ஷணநேர உணர்வெழுச்சிப் பேச்சுக்கள் ஒருவகையான மோசடியே.

ஒருவனது சுதர்மத்தை நினைவூட்டி, அவன் கைக்கொள்ள வேண்டிய அறத்தை, வாழ்க்கை பற்றிய பார்வையை, செயல் யோகத்தை, முடிவெடுத்து இறங்குகையில் எதிர்படும் இடர்களை, தீவிரத்தன்மையால் தடைகளைக் களையும் வழிகளைச் சொல்லி, கலையும் இலக்கியமும் தத்துவமும் ஆன்மீகமும் ஒருவனின் அன்றாடங்களை எங்ஙனம் மேம்படுத்த முடியும் என்பதைச் சுட்டுவதே உண்மையான முன்னேற்ற பேச்சு. நான்கு மாதத்திற்கு முன் நடந்துவந்தேன். இன்றைக்கு நான் வந்த பென்ஸ் வாசலில் நிற்கிறது போன்ற உடான்ஸ் தேவையில்லை.

ஊக்கு விற்பவன் தேக்குதான் விற்க வேண்டியதில்லை. அறத்தில் பிறழாது ஊக்கு வணிகத்தையே உலகத்தரத்தில் செய்யலாம்.

29. ஆகவே, ஆக, எனவேதான், ஏனென்றால், ஆகவே இன்றைக்கு, எதற்குச் சொல்கிறெனென்றால் போன்ற இணைப்புச் சொற்கள் உரைக்கு ஐம்பது வருட பழமையைப் பூசிவிடும் ஆபத்துகொண்டவை.

ஆக, பல நூறு மேடைகளைக் கண்டவனாக, ஆக பல்லாயிரம் பேச்சுக்களைக் கேட்டவனாக, ஆக பற்பல

புத்தகங்களைப் படித்தவனாக, ஆக பல பயிற்சிகளையளித்த அனுபவஸ்தனாகச் சொல்கிறேன்... ஓர் இலக்கிய மாணவனாகச் சொல்கிறேன்... எல்லாவற்றிற்கும் மேலாக ஓர் எழுத்தாளனாகச் சொல்கிறேன்... ஆகவே ஆகியவற்றைக் கைவிட்டுவிடுங்கள்.

30. இப்படித்தான் ஒருநாள், அன்னைக்கு ஒருத்தன் சொல்றான் பாருங்க, எனக்குத் தெரிந்த ஒருத்தர், என்னுடைய க்ளாஸ்ல ஒரு நாள் ஒரு பையன் கேட்டான், ஒருநாள் என் கொழுந்தியாள் கேட்டாள், ஒருமுறை காமராஜர் காரில் சென்றபோது, ஷேக்ஸ்பியரைவிடவும் அண்ணாதுரைக்குத்தான் அதிகம் ஆங்கிலம் தெரியும், ராஜராஜ சோழன் ஒவ்வொரு கப்பல்லயும் ஆயிரம் யானைகளை நிறுத்திவச்சிருந்தான் போன்ற போலிக் கதைகளை மேடையில் உருவாக்குபவனுக்கு ஈத்தரைப் பேச்சாளன் என்று பெயர்.

ட்வீட்டர் யுகத்தில் இந்தகையப் பேச்சுக்களுக்கு ஆபாசமாக ஒரு பெயர் வைத்திருக்கிறார்கள். நான் அதைக் கௌவரமாக இப்படிச் சொல்கிறேன் 'அடிச்சுவிடு அவம்பாட்டுக்கு' ரக பேச்சுக்களைக் கைவிடுக.

31. தமிழில் டிவி பிரபல்யம் இருக்கிற பேச்சாளர்கள் கைக்கொள்ளும் ஒரு தந்திரம் உண்டு. எவ்வகையிலும் அறிவார்த்தமான சிந்தனைகளையோ, நூல்களையோ, எழுத்தாளர்களையோ குறிப்பிடமாட்டார்கள். சமூகம் சார்ந்த சில அப்ஸர்வேஷன்கள், அன்றாட வாழ்க்கையிலிருந்து கற்றுக்கொண்ட சில தந்திரங்கள், 'என்ன வந்தாலும் பாத்துக்கலாம்டா... உனக்கொரு காலம் வரும்டா' போன்ற மெல்லுணர்ச்சித் தூண்டிகளைப் பயன்படுத்தியே இரண்டரை மணி நேரங்கள் பேசுவார்கள். நட்புக்குத் துரோகம் செய்யாதே, அப்பாவை மதி, நிச்சயம் இன்னொரு காதல் கிடைக்கும், நீயே உனக்கு ஹீரோ, பயணம்தான் முக்கியம் டெஸ்டினேசன் முக்கியமல்ல, வெற்றி தோல்வி பொருட்டல்ல, *money is just a by-product* எக்ஸட்ரா.. எக்ஸட்ரா...

எதையும் வாசிக்கவோ, சொந்தமாக சிந்திக்கவோ இவர்களுக்கு நேரமும், பொறுமையும், விருப்பமும் இருப்பதில்லை. தொலைக்காட்சியில் வரும் பிரபல்யத்தை முதலீடாகக் கொண்டு பன்மடங்கு பொருளீட்டவேண்டும் என்பதொன்றே நோக்கமாகக் கொண்டவர்கள். இதில் சில பேச்சாளர்கள் நான் என்ன தலைப்பில் பேச வேண்டுமென நீங்களே சொல்லுங்களென்று போர்டியம் முன்னால் நின்று மக்களைப் பார்த்துக் கேட்பார்கள். ஆசுகவி மாதிரி, எந்தத் தலைப்பு கொடுத்தாலும் பொளந்துவிடுவார்களாம்.

இவர்களே நம் சூழலை நிறைத்திருப்பதால், தூசு அடங்கி கொசுத்தொல்லைகள் குறைய சற்று நாட்கள் ஆகும். இவர்களை முன்மாதிரியாகக் கொண்டு பேசத்தொடங்குவது கல்யாணப்பந்தியில் ஹாஃப் பாயில் விளம்புவதைப் போலாகிவிடும்.

32. எந்த சிறந்த உரையிலும் எழுத்தாளர்கள், அறிஞர்கள், புத்தகங்கள், தத்துவங்கள், வரலாற்று சம்பவங்கள், முக்கியத்துவம் வாய்ந்த நிலப்பகுதிகள், கவித்துவமான சொற்றொடர்கள், நினைவில் நிற்கக்கூடிய ஆப்த வாக்கியங்கள், புதிய சிந்தனைகள், உடைவுகளை ஏற்படுத்தும் கோணங்கள் நிறைந்திருக்கும்.

33. எங்கும் எதிலும் நீங்கள் தனித்த அடையாளத்தை உருவாக்கிக்கொள்ள வேண்டுமென்றால் ‘நெவர் ப்ளே ஃபார் கேலரி’ என்பதில் உறுதியாக இருங்கள். மைதானத்தில் நிரம்பி இருக்கிற பெரும்பாலான ரசிகர்கள் சிக்ஸர் சிக்ஸர் என்றுதான் கத்திக்கொண்டு இருப்பார்கள். ஒரு பேட்ஸ்மேன் அவர்களை மகிழ்விக்க விரும்பி க்ரீஸை விட்டு இறங்கி ஏறி ஏறி அடித்துக்கொண்டிருந்தால், இரண்டு பால் சிக்ஸர் போகும். பிறகு லாங் ஆனில் கேட்ச் அல்லது ஸ்டெம்பிங் என பரிதாபமாக விக்கெட்டை இழக்க நேரிடும். ஆட்டத்தை வெற்றிகொள்ள வேண்டும் என்பதுதான் பேட்ஸ்மேனின் ஒரே இலக்காக இருக்கமுடியும். ரசிகர்களை எண்டர்டெய்ன்மெண்ட் செய்வதல்ல.

இப்படிப் பேசினால்தான் ரசிப்பார்கள், கைதட்டுவார்கள், நம்மை உயர்வாக எண்ணுவார்கள், மேலும் வாய்ப்பு

தருவார்கள், பத்திரிகையில் விரிவாகச் செய்தி போடுவார்கள், யூட்யூபில் ப்ரமோ *cut*-ல் வைப்பார்கள் என்றெல்லாம் கணக்குப் பார்த்துப் பேசினால் விரைவாக நீர்த்துப்போய்விடுவோம். பார்வையாளனுக்குப் பிடிக்கிற உரையை விட பயன்படுகிற உரையே நல்லது.

34. ஒரு சிறந்த உரையின் இலக்கணம் என்ன? கேட்பவரின் சிந்தனையில் உடைவை ஏற்படுத்துவது. மேலதிகமாக சிந்திக்கத் தூண்டுவது. உரை முடிந்து திரும்பிச் செல்கையில் உரையின் மையமாகப் பேசப்பட்டவற்றிலிருந்து ஏற்றோ மறுத்தோ மேலதிகமாக யோசிக்கச் செய்தால் அது ஒரு நல்லுரை.

பொதுவான உண்மைகள், சம்பிரதாயமான அபிப்ராயங்கள், புழங்கித் தேய்ந்த கூற்றுகள், தோலிப்பத விமர்சனங்கள், மிகை உணர்ச்சிகள், அலங்கார ஜோடனைகள் நல்ல உரையில் இருக்காது. ஒரு மையத்தை நோக்கி தர்க்கப்பூர்வமாக பொருத்தமான உதாரணங்களுடனும், விளக்கங்களுடனும் உரை நகரும்.

35. பாடி லேங்குவேஜ் எனும் உடல்மொழி மேடைப்பேச்சுக்கு அவசியம். நீங்கள் சொல்கிற விஷயத்தில் உங்களுக்கு பற்றுறுதியும் நம்பிக்கையும் இருந்தால் அரங்கில் இருக்கும் ஒவ்வொருவருக்கும் அதைக் கடத்தவேண்டும் எனும் ஆவேசம் இருந்தால் உங்கள் உடல்மொழி பேச்சுக்கு உகந்ததாக இருக்கும். தொழில்முறை பேச்சாளர்களின் உடல்மொழியைக் கவனித்து அதைப் பிரதியெடுப்பதை உறுதியாகத் தவிர்க்கவேண்டும்.

மைக் முன்னே நின்று வூடு கட்டுதல், போர்டியத்தில் முழு உடலையும் சாய்த்து பென்குயின் தலையை தூக்கிப் பார்ப்பதைப் போல முன்னோக்கி சரிந்து பேசுவது, குதித்துகுதித்துப் பேசுவது, தரையில் விழுந்த ரப்பர் ஜெல்லி பந்தைப்போல அதிர்ந்தபடியே பேசுவது, வலது காலை ஓங்கி மேடையில் மிதிப்பது, முன்வரிசையில் இருப்பவர்களின் கண்ணைக் குத்தும் ஆவேசத்தில் கரங்களை நீட்டுவது, நெஞ்சு ஏறி இறங்க தலையை சிலுப்பி முறைப்பது, இரு தோள்களையும் முன்னும் பின்னுமாகக் குலுக்கிக்கொள்வது,

ரஜினிகாந்த் ஐம்பது வருடங்களில் செய்த ஸ்டைல்களை எல்லாம் இரண்டரை மணி நேர உரையில் செய்து காண்பிப்பது போன்றவை நமக்கு வேண்டாம்.

36. ஸ்மார்ட் போன்களின் விளைவால் எதிலும் முழுமையாக ஈடுபடுவது, கவனமாக செவி கொடுப்பது என்பது கிட்டத்தட்ட அழிந்துவரும் காலம் இது. மேடைப்பேச்சில் ஏற்படும் சில நொடி தடங்கல்கள் கூட பார்வையாளனை விலக்கிவிடக் கூடும். ஆகவே, மைக் முன் நின்று யோசித்தல், பேப்பரைப் புரட்டுதல், லேப்டாப்பில் ஸ்லைடு தேடுதல், போன் எடுத்துப் பேசுதல் போன்ற இடைவெளிகள் கவனமாகத் தவிர்க்கப்பட வேண்டும்.

37. அதே நேரம் டிரெய்னைப் பிடிக்கும் வேகம் தவிர்க்கப்பட வேண்டும். கொஞ்சம் கேப் விட்டாலும் எஸ்கேப் ஆகிவிடுவார்களென பொடுபொடுத்தபடி பேசுவது ஆர்ஜே, விஜேக்களின் பாணி. நீயாநானா கோபிநாத், ஆர்ஜே ஆனந்தி, ஆர்ஜே பாலாஜி போன்றவர்களின் உரையில் இந்த சடுதியில் விரையும் தன்மையை நீங்கள் காணமுடியும். நெல்லைக்கண்ணன் உரையிலும் சில மேற்கோள் செய்யுள்களை அல்லது பாடல்களை மின்னலின் வேகத்தில் பேசுவதை நீங்கள் கவனித்திருப்பீர்கள். அத்தனை வேகமாகச் சொல்லப்படுபவற்றுக்குப் பயன் ஏதும் இல்லை.

38. பேச வேண்டிய குறிப்புகளை செல்போனில் வைத்துக் கொண்டு அதைக் குனிந்து குனிந்து பார்த்துக்கொண்டு பேசுபவர்களைப் பார்வையாளர்கள் மதிக்கவே மாட்டார்கள். இவனும் நம்மளைப் போலத்தான் போன் பைத்தியம் என நினைத்துவிடுவார்கள். சிலர் தன் உரைக்கு வலிமை சேர்க்கிறேன் என நினைத்துக்கொண்டு சில ஆடியோக்களைப் போனில் இருந்து எடுத்து மைக்கில் ஒலிக்கவிடுவார்கள். ஒரு பயலுக்கும் கேட்காது. அப்படிச் செய்வதாக இருந்தால் முன்னரே ஆடியோ சிஸ்டம் பார்ப்பவர்களிடம் சொல்லிவைத்து ஒலிபரப்புவதே சரி.

39. சன்மானம் இல்லாமல் பேசாதீர்கள். பிறிதொருவரைப் பேச அழைக்காதீர்கள். ஒரு நல்ல பேச்சாளனுக்கு உரை தயாரிக்க,

பயணம் செய்ய என குறைந்தபட்சம் ஒருவார உழைப்பு தேவைப்படும். அதற்குரிய தொகையை கொடுப்பதே நீதி.

40. இருவகை ஆளுமைகளைக் காண்கிறேன். தனக்குரிய சன்மானத்தைக் கேட்டு வாங்காதவர்கள் ஒரு பிரிவினர், டிவி பிரபல்யத்தின் தொகை தனக்கும் அளிக்கப்படவில்லையென்றால் அது அவமானம் என்று வாதிடும் இன்னொரு பிரிவினர். இரண்டுமே தப்பு. உங்களுக்குரிய தொகையை தெளிவாக சொல்லுங்கள். கேட்டுப் பெறுங்கள். அதே சமயம் கூடம் தெரியாமல் சாமியாடாதீர்கள். பாப்புலாரிட்டிக்கான பணம்; தகுதிக்கான பணம் அல்ல. யோகிபாபுவின் சம்பளம் அதிகம் என்பதால், அவரே தமிழகத்தின் சிறந்த நடிகர் என்று பொருளல்ல.

41. உரை தயாரிப்புக்கு என்று சில நியமங்கள் உள்ளன. குறைந்தது மூன்று நாட்களுக்கு முன்பாவது உரை தயாரிக்கப்பட வேண்டும். உருவாக்கிய உரையில் சுவாரஸ்யம் இருக்கிறதா, தகவல் செறிவு உண்டா, எங்கேஜிங்காக இருக்கிறதா என்பதை மேடை ஏறும் நொடி வரை மேம்படுத்திக்கொண்டே இருக்கலாம்.

42. ஓரிடத்தில் பேசிய விஷயத்தையே இன்னொரு இடத்தில் பேசாதிருத்தல் நல்லது. ஆனால், இது எல்லா துறை உரைகளுக்கும் பொருந்தாது. சில உதாரணங்களை, சில விஷயங்களை பல மேடைகளில் மீண்டும் மீண்டும் வலியுறுத்த நேரிடலாம். தப்பில்லை.

43. நிமிடங்களின் அடிப்பையில் உரைகளை 5, 10, 15, 30, 45, 60, 90, 120, 150 என 9 வகைகளாப் பிரிக்கலாம். முதல் 3 கேட்டகரிக்குள்ளான உரைகளுக்கு வீட்டிலிருந்து 3 கிலோமீட்டர்களுக்கு மேல் பயணிக்கக் கூடாது. கன்னியாகுமரியில் இருந்து கிளம்பி மேகாலாயா சென்று அங்கே ஒரு 15 வரி கவிதையை வாசித்துவிட்டு மேடை இறங்கவேண்டுமென்றால் செல்லாமல் இருப்பதே அறிவுடைமை.

44. பேசுகிற நிமிடங்களுக்கேற்ப உரைகளின் தன்மை மாறும். தலைமையுரை, வாழ்த்துரை, அறிமுக உரை,

ஆய்வுரை, மையத் தலைப்பின் கீழான உரை, விரிவுரை, சிறப்புரை, நெடிய உரை, சொற்பொழிவு என அதன் வகைமாதிரிகளை உணர்ந்து அதற்கேற்ப உரைகளைத் தயாரித்துக்கொள்ளவேண்டும்.

45. உலகமெங்கும் சிறந்த பேச்சாளர்கள் என கொண்டாடப்படுபவர்களுக்கென்று சில பொது அடையாளங்கள் இருக்கின்றன. அவர்களது உரை தன்னெழுச்சியாக *(evoke)* புதிய உச்சங்களைத் தொடும். பேசுகிறவரும் கேட்பவரும் மெல்ல வேறொன்றாக மாறுவார்கள் *(trans)* தங்களது தர்க்கத்தின் வலிமையால், ஊற்றெடுக்கும் கற்பனையால், கவித்துவ உருவகங்களால் கேட்போரின் ஆழ்மனங்களுக்குள் நுழைந்துவிடுவார்கள்.

46. மேடையில் பேசும் பொருண்மையோடு நேரடியாகவோ மறைமுகமாகவோ தொடர்புடைய பல விஷயங்கள் பேசும்போது நினைவுக்கு வரும். இவற்றுக்கு அசோஷியேட்டட் தாட்ஸ் என்று பெயர். பேச்சின் மையத்திற்குத் தொடர்பில்லாத ஒன்றுக்கொன்று சம்பந்தம் இல்லாத அசோஷியேட்டட் தாட்ஸுகளை மேடையில் சொல்வது தன்னை ஒரு புத்திஜீவியாக காட்டும் என பலரும் பரிதாபமாக நம்புகிறார்கள். உண்மையில் அது ஒருவகை உளறலே.

47. ஹைப்பர் லிங்க் பேச்சு என்றொரு வகைமை இருக்கிறது. எங்கோ ஆரம்பித்து எங்கெங்கோ சென்று எந்தச் சந்திலும் முட்டி நிற்காமல் இண்டர்நெட் சர்ஃபிங்கில் லிங்க் லிங்காக க்ளிக் செய்வது போல பேச்சு போகும். அம்மஞ்சலலிக்குப் பிரயோசனப்படாதப் பேச்சு அது.

48. பேசுவதற்கென எடுத்த குறிப்புகள் மறந்துவிட்டால் என்ன செய்வது? குறிப்புகள் மறந்துவிட்டால், உங்கள் பேச்சு தடைபட்டு நீங்கள் திகைத்துப் போய்விடுவீர்களெனில், நீங்கள் பேசுகிற விஷயம் உங்களின் வாழ்க்கையில் ஓர் அங்கம் அல்ல. எங்கெங்கோ வாசித்தும், கேட்டும் தயாரித்த உரை அது. இன்னொரு முறை அப்படிச் செய்யாதீர்கள். நீங்கள் பேசுகிற விஷயம் உங்கள் உடலின் ஒருபகுதியாக

திகழ்வதாக இருத்தல் வேண்டும். அர்த்த ராத்திரியில் எழுப்பினாலும் பேசக்கூடியதாக இருக்கவேண்டும். மற்ற எதைப் பேசினாலும் உங்களுக்கும் பிரயோசனம் இல்லை. கேட்பவருக்கும் பிரயோசனம் இல்லை.

49. டிவியில் செய்தி பார்க்கையில் கவனித்திருக்கலாம். செய்தியாளர் மைக்கை நீட்டியதும் சாமான்யர்கள் கூட செந்தமிழில் தங்கள் பிரச்னைகளைச் சொல்ல ஆரம்பிப்பார்கள். மைக் முன் செந்தமிழில்தான் பேசவேண்டுமென்பது தமிழர்தம் தன்மானங்களுள் ஒன்று. உங்களுக்கு வசதியான, இயல்பான பேச்சு வழக்கில் பேசுவதே நன்று.

50. வந்து, இப்ப பார்த்தீங்கன்னா, நான் என்ன சொல்ல வர்றேன்னா, இப்போ இந்த இது, ஒருமாதிரி அதை எப்படிச் சொல்றது இம்மாதிரி பொருளற்ற இழுப்புச் சொற்களை சொல்வது, மேடையிலேயே யோசித்து யோசித்து பேசுவது ஆகியவை சிந்தனைத் தெளிவின்மையின் அடையாளம். ஏற்கனவே சிந்தித்த ஒன்றையே உறுதியான சொற்களில் மேடையில் முன்வைக்க வேண்டும்.

51. பேட்ஸ்மேன் க்ளவுஸ், ஹெல்மெட், கால் பேடுகளை பந்தை எதிர்கொள்ளும் முன் சரிபார்த்துக் கொள்வதைப் போல பேசிக்கொண்டிருக்கும்போதே புடவையை சரி செய்வது, சட்டையில் பேனா ஒழுங்காக சொருகியிருப்பதா என்று பார்ப்பது, தோள்துண்டால் முதுகைச் சொறிந்துகொள்வது, தலையைக் கோதிக்கொள்வது, சட்டையை திடீரென மடித்துவிட்டுக்கொள்வது இவையெல்லாம் மானரிஸம் என்று நாம் நம்பிக்கொண்டிருப்போம். பதட்டம் அல்லது பந்தா என்று பார்வையாளர்களுக்குத் தெரியும்.

52. ஒரு சம்பவத்தையோ, கதையையோ உதாரணமாகச் சொல்லி ஒன்றை விளக்க நினைத்தால், முடிந்த மட்டும் கதையைச் சுருக்கமாக சொல்லவேண்டும். பெரும்பாலான குட்டிக்கதைகள் சூழலுக்குள் சுழன்று சுழன்று வருபவை. பாதி ஆடியன்ஸுக்குத் தெரிந்திருக்கும். பொறுமையை சோதிக்காதீங்கடா என்று அமர்ந்திருப்பார்கள், முடிந்தவரை

பொருத்தப்பாடு மிக்க முற்றிலும் புதிய உதாரண சம்பவத்தை அல்லது கதையை தெரிவு செய்வதே நல்லது.

53. சில இடங்களில் பேச்சாளர் பேசிக்கொண்டிருக்கிறார் எனும் ஓர்மையின்றி அமைப்பாளர்கள் அல்லது அவர்தம் அடிப்பொடிகள் நமக்குப் பின்னே நடமாடிக்கொண்டிருப்பார்கள். மேடையின் ஓரத்தில் ஏதாவது ஒன்றை பரபரப்பாகச் செய்துகொண்டே இருப்பார்கள். இது அநாகரீகமானது. பார்வையாளர்களின் கவனத்தை சிதறடிக்கக் கூடியது. முதல் தடவை நிகழும்போதே, பேச்சை சற்று நிறுத்தி இதைச் செய்யாதீர்கள் என சொல்லிவிட்டு தொடருங்கள்.

54. நீங்கள் எவ்வளவு கடைசியாக பேச வேண்டியவரெனினும், உங்களுக்கு முன்னே பேசுபவர்கள் எவ்வளவு மொக்கையாக, கேனத்தனமாகப் பேசினாலும் உங்களது அமைதியின்மை, விருப்பமின்மை, ஒப்புதல் இன்மை ஆகியவற்றை உடல்மொழியில் காட்டிக்கொள்ளாதீர். போனை எடுத்து நோண்டாதீர்கள். முன்வரிசையில் அமர்ந்திருப்பவர்களுடன் சைகை மொழியில் பேசிக்கொண்டிருக்காதீர்கள். இவை சபை அவமதிப்பு செயல்கள்.

கால்களை முன்பக்கமாக நீட்டி நன்றாக சாய்ந்து செமி ஸ்லீப்பர் மோடில் அமர்ந்திருக்காதீர். நீங்கள் அமர்ந்திருப்பது நாற்காலி. ரெக்லைனர் அல்ல.

முடிந்த மட்டும் எவ்வளவு கவனமாக பேச்சைக் கவனிக்க முடியுமோ அவ்வளவு கவனமாக கேளுங்கள். குறைந்தபட்சம் ஒரு மோசமான உரை எப்படி அமைய கூடாது என்றாவது நாம் புரிந்துகொள்ள அது உதவும்.

உங்களுக்கு முன்னே பேசியவரை மறுத்துப் பேசக்கூடாது. அவருக்கு இன்னொரு வாய்ப்பு வழங்கப்படாது என்பதால், இதைச் செய்யாதிருப்பதே நாகரீகம். ஜிம் டிரஸ்ஸில் வருவது, வளர்ப்பு நாயுடன் மேடையேறுவது, புத்தகத்தைக் கிழித்துக்காட்டுவது, சொடக்கு போடுவது, வேட்டியை மடித்துக்கட்டிக்கொண்டு நாக்கைத் துறுத்துவது

போன்றவற்றுக்குச் சென்ற தலைமுறையில் ஒரு வியப்பு இருந்தது. இன்றிருப்பவர்கள் 'இவன் யார்யா கோமாளி' என்றுதான் கேட்பார்கள்.

55. சிலரது உடல்மொழியில், குரலில், பேசும் த்வனியில் பிரக்ஞையுடனோ அல்லது தன்னியல்பாகவோ ஆணவம் மிகுந்திருக்கும். அத்தகைய உடல்மொழி பார்வையாளர்களுக்கு மனவிலக்கத்தை அளிக்கக்கூடியது. அன்றாடம் பல உரைகளைக் கேட்கும் வழக்கம் கொண்டிருந்த என் அப்பா சுகி.சிவம் பேச்சை மட்டும் தவிர்த்துவிடுவார். அவரது குரலில் ஒரு ஆணவம் இருப்பதாகத் தோன்றுகிறது, அது என்னை கேட்கவிடாமற் செய்கிறது என்பார். இது அவரது உளப்பதிவாக இருக்கக் கூடும். இல்லையென்றால், லட்சக்கணக்கானவர்கள் மத்தியில் சுகி. சிவம் புகழ்பெற்றிருக்க முடியாது. ஆனால், நான் இங்கே காந்தியின் உரைகளின் இரு முக்கிய அம்சங்களைச் சொல்ல விரும்புகிறேன். அவர் ஒருபோதும் மக்களைப் பார்த்து ஆணையிட மாட்டார், நடக்கும் எல்லா தீமைகளுக்கும் மக்களே பொறுப்பு என குற்றம் சாட்டமாட்டார். இது நம் பிரச்னை, நாம் அனைவரும் ஒன்றிணைந்து போராடி மீள்வோம் என்பதே அவரது பேச்சின் சாராம்சமாக இருக்கும்.

56. நான் ஏற்கனவே பேசுவதற்கென்று வைத்திருந்த பல விஷயங்களை எனக்கு முன்னரே பேசியவர்கள் பேசிவிட்டார்கள், நான் என்ன பேசுவது என்று கேட்டு ஆடியன்ஸைப் பார்த்து இளிப்பது ஓர் இழிவு. அப்படியெனில், எவரும் சொல்லிவிடக்கூடிய பாயிண்டுகளைத்தான் நீங்கள் பேச வீட்டிலிருந்து சிங்காரித்து வந்திருக்கிறீர்கள். நீங்கள் மட்டுமே சொல்லக்கூடிய பிறிதொருவர் சொல்ல சாத்தியமற்ற அவதானங்கள் ஏதுமில்லை என்று பொருள். அப்படியொரு சூழல் ஏற்பட்டால், நீங்கள் மேடையிலிருந்தே இறங்கிச் சென்றுவிடலாமே, ஏன் நேரத்தை வதைக்கிறாய் என்றுதான் எனக்குத் தோன்றும்.

57. சமயங்களில் உங்களுக்கு முன்னால் பேசிய ஒருவர் அதிரடியாகப் பேசி அப்ளாஸ் வாங்கியிருக்கலாம். உங்களது உரை அப்படிப்பட்டதாக இல்லாமல் இருக்கலாம். ஆனால்

அதைப் பற்றி கவலைப்பட தேவையில்லை. கைதட்டல் பாராட்டுகளால் அடையக்கூடியது என்ன? ஒரு பேச்சு சிறந்ததாக இருப்பதைக் காட்டிலும் முக்கியமானது, உபயோகமாக இருப்பது முக்கியம்.

58. பெரும்பாலான தொழில்முறை பேச்சாளர்கள், சுயமுன்னேற்ற பேச்சாளர்களின் உரைகளின் மீது மெல்லிய மனவிலக்கம் கொள்ளச் செய்வது எது? பிரதானமான அம்சம் கொடுப்பதை விட எடுப்பதில் காட்டும் ஆர்வம். தன்னைப் பற்றிய புகழுரைகள், சாதனைகள், தனது நூல்களை வாசிக்கவேண்டியதன் அவசியம், சோஷியல் மீடியாவில் பின் தொடருங்கள், யூட்யூப் சானலை சப்ஸ்கிரைப் செய்யுங்கள், எனது பயிற்சி வகுப்பில் கலந்துகொள்ளுங்கள் இது போன்ற டிமாண்டுகள் நமக்கு ஒவ்வாமை ஏற்படுத்தக்கூடியவை. பார்வையாளனிடமிருந்து எந்த எதிர்பார்ப்பும் இல்லாதிருப்பதின் சுதந்திரம் அலாதியானது. நான் எதையும் எடுக்கவரவில்லை, கொடுக்கவே வந்திருக்கிறேன். நீ கேட்டால் கேள், நீ என்னை ரசித்தாகவேண்டுமென எனக்கு எந்த அவசியமும் இல்லை எனும் நிமிர்வு கொடுக்கும் தன்னம்பிக்கை அளவீடற்றது.

59. பொதுவாக சபையிலிருக்கும் விருந்தினர்களுக்கு வணக்கம் சொல்வதை உரையின் ஆரம்பத்திலேயே சொல்லாமல், உரைக்கான தொடக்கத்தை (ஃபேஸ்)செட் செய்துவிட்டு அதற்குள் நுழையும் முன் செய்வது நன்றாக இருக்கும். ஜெயமோகனின் பெரும்பாலான உரைகளில் இந்த சபை வணக்க உத்தியை நீங்கள் காணமுடியும்,

60. சொந்த உரையை வீடியோ பதிவு செய்து, மீண்டும் மீண்டும் கேட்டு சரி செய்யவேண்டும். எதையாவது பேசுகையில் கண்கள் நம்பிக்கையற்று அலைகிறதா? சொல்லும் விஷயத்திற்கும் உங்களுக்கும் சம்பந்தமில்லாத உடல்மொழி இருக்கிறதா? எங்கெல்லாம் பதட்டப்பட்டு அதிகவேகத்தில் சென்றிருக்கிறீர்கள்? எந்த இடத்தில் சற்று தடுமாறினீர்கள் என்பதை அலசலாம். ஓர் உரைக்குள் நிதானம், புன்னகை, மௌனம் வரவேண்டிய இடங்கள் எவை என்பதை இந்த வீடியோ அலசல் அறிய உதவும்.

61. ழகர, ணகர உச்சரிப்பு தெளிவாகவும் துல்லியமாகவும் இருப்பதே சரி. ஆனால் 90க்குப் பிறகு பிறந்தவர்களில் பலருக்கு இந்த உச்சரிப்புத் துல்லியம் பல்வேறு காரணிகளால் இல்லாது போய்விட்டது. எனக்கு ழகரம் சரியாக வராது. அந்தக் கவனம் பேச்சில் இருப்பதால் பதற்றத்தில் மிகச்சரியாக தவறாக உச்சரித்துவிடுவேன். இது தொடர்பயிற்சியினால், மட்டுமே சரியாகக் கூடியது. நாலுபேர் ழகரத்தைக் கேலி செய்ததும், பலர் தாழ்வுணர்ச்சியால் பேசுவதையே நிறுத்திக்கொள்வார்கள். அதைச் செய்யவேண்டியதில்லை. எத்தனையோ வட இந்தியத் தலைவர்கள், கொலைத்துணிச்சலில் அரசியல் பிரச்சாரங்களில் ஆங்கிலம் பேசுவதைக் கேட்டிருப்பீர்கள். உச்சரிப்பைக் காட்டிலும் உள்ளடக்கமே முக்கியம்.

62. தொழில்முறைப் பேச்சாளர்களில் 99% பேர் போலிப்பணிவு காட்டுவார்கள். ஏற்பாட்டாளர்கள், பார்வையாளர்கள் முன் குனிந்து வளைந்து நெளிந்து நாட்டியம் ஆடிக்காட்டுவார்கள். சிலர், தாயால் பிறந்தேன், தமிழால் வளர்ந்தேன் நாயே நீயார் எனும் லெவலுக்குத் திமிர் காட்டுவார்கள். சிலர் போர்முகத்தில் நின்று வீரர்களுக்கு வெறியேற்றும் 'வார் க்ரை' போல மிகை ஆத்திரத்தோடு (கோபக்கார இளைஞர் மோட்? அல்லது ஆங்க்ரி இந்தியன் மோட்?)இந்த மூன்றுமே தவிர்க்கப்பட வேண்டியவை. கைக்கொள்ளவேண்டியது அறிவினால் உருவாகும் நிமிர்வை மட்டுமே.

63. நான், எனது, எங்களுடைய, எனக்கு ஆகிய சொற்களை முடிந்தமட்டும் பேச்சில் தவிர்க்கவேண்டும். அதாவது, சுயபீற்றல் குறைக்கப்படவேண்டும்.

64. வெளிநாட்டவர்கள் அவையில் இந்தியாவின் ஏழ்மையை கிண்டல் செய்வது, வெளிமாநிலங்களில் தமிழர்களைக் கிண்டல் செய்வது, முதியவர்களைக் கிழவர்கள் என்பது, இன்னொரு உணவைக் கேலி செய்வது, இன்னொரு பண்பாட்டை இழிவு செய்வது, இளம்தலைமுறையின் நடை உடை பாவனைகளைக் கேலி செய்வது, மனைவி ஜோக்குகளை அடிப்பது, மச்சினிச்சியை புகழ்வது போன்றவை எச்சக்கலைத்தனத்தின் உச்சம்.

65. உங்கள் உரையில் கேள்வி பதில் செஷன் உண்டென்றால் மிகக்கவனமாகக் காதுகொடுக்கவேண்டும். கேள்வி கேட்டவனை எக்காரணம் கொண்டும் கேலி கிண்டல் செய்து கேவலப்படுத்தக் கூடாது. கேள்வி கேட்டவரின் பெயரைக் குறிப்பிட்டு பதில் சொல்வது சிறப்பானது.

66. எந்த பேச்சாளனும் இன்னும் கொஞ்ச நேரம் பேசியிருக்கலாமே எனும் எண்ணத்தை உருவாக்க வேண்டும், எப்பத்தான் முடிப்பானோ எனும்படி உரை அமையலாகாது. கூட்டத்தின் உணர்வு என்ன? நிகழ்ச்சியின் போக்கு எப்படி இருக்கிறது என்பதை யூகித்து உரையை மேற்கொண்டு முன்னகர்த்த வேண்டும்.

சபையின் இடம் பொருள் ஏவல் குறித்த போதமும் இருக்கவேண்டும். சமீபத்தில் ஒரு சினிமா இயக்குனரின் பிறந்தநாள் குடியிரவுக் கொண்டாட்டத்தில் ஒரு பேச்சாளர் இலக்கியத்தின் நுட்பமான தருணங்களைப் பேசி நெக்குறுகிக்கொண்டிருந்தார். அவரே கூட அதை கேட்கும் மனநிலையில் இருந்திருக்கவாய்ப்பில்லை.

67. மேடையில் உணர்ச்சிவசப்படலாம். கண் கலங்கலாம். அழலாம். தப்பில்லை. ஆனால், ஒவ்வொரு மேடையிலும் கதறி கண்ணீர் விடுவது ஒரு தந்திரமாகவே கருதப்படும். அவ்வளவு உணர்ச்சிகரமானவர் எனில் மேடையேறுவதை தவிர்ப்பதே நல்லது.

68. உரையின் தொடக்கத்தோடு பொருந்தக்கூடிய கவித்துவ இறுதியுடன் முத்தாய்ப்பான சொற்களுடன் உரையை முடிப்பதே சிறந்தது. இதில் ஜெயமோகன் விற்பன்னர். அவரது ஒவ்வொரு உரையிலுமே இந்த முழுமை, கவித்துவ இறுதி எனும் அம்சங்களைக் காணமுடியும்.

69. நமது உருவத்திற்கும், இயல்பிற்கும் நிகழ்ச்சியின் தன்மைக்கும் ஏற்ப உடைகள் அணிவது நல்லது. என்னைப் பொருத்தவரை பார்வையாளரிடமிருந்து பிரித்துக்காட்டாத இயல்பான உடைகளே சிறந்தது. ஷெர்வானி, குர்தா, மோடி கோட் போன்றவை எல்லாம் தமிழ்ப் பண்பாட்டிற்கு

அன்னியமானவை. அவற்றை அணிந்து பேசுவது சமயங்களில் 'கிரிகாலன் மேஜிக் ஷோ' உணர்வை ஏற்படுத்தும்.

70. சிறந்த வாசகனே சிறந்த எழுத்தாளனாக இருக்கமுடியும். சிறந்த வாசகனாகவும், எழுத்தாளனாகவும் இருப்பவனே சிறந்த பேச்சாளனாகவும் இருக்க முடியும். இதுவே உலகச் சரித்திரம் உரித்துக்காட்டும் பேருண்மை.உங்கள் பேச்சில் எது இல்லையென்றாலும் 'அசலான சிந்தனை' இருப்பது மிக அவசியம். அது இருந்தால் மட்டுமே நீங்கள் செவி கொடுக்கப்படவேண்டிய மனிதர்.

பயிற்சிக்காக அவசியம் கேட்க வேண்டிய வாசிக்க பேச்சாளர்களின் பரிந்துரைப் பட்டியல்:

தரவரிசைப்பட்டியல் அல்ல.

1. திருமாவளவன்
2. சீமான்
3. ஜெயமோகன்
4. எஸ். ராமகிருஷ்ணன்
5. சு. வெங்கடேசன்
6. பராக் ஒபாமா
7. வாரன் பஃபெட்
8. மெல் ராபின்ஸ்
9. ஜேக்மா
10. ஸ்டீவ் ஹார்வி
11. பவா. செல்லதுரை
12. கிருபானந்தவாரியார்
13. தோழர் ஜீவா
14. வலம்புரி ஜான்
15. பாரதி பாஸ்கர்
16. நாஞ்சில் நாடன்
17. கு. சிவராமன்
18. நெல்லைக் கண்ணன்
19. தமிழருவி மணியன்
20. எம்.ஆர். ராதா
21. ஜக்கி வாசுதேவ்

22. திருச்சி கல்யாணராமன்
23. பழனி பாபா
24. தைரோகேர் வேலுமணி
25. வந்தனா சிவா
26. மஹாத்ரேயா
27. ஹர்ஸா போக்ளே
28. பாலச்சந்திரன் சுள்ளிக்காடு
29. கல்பற்றா நாராயணன்
30. மிஷ்கின்
31. ஜூலியன் டிரஸ்ஸெர்
32. ஓஷோ
33. டி. தர்மராஜ்
34. ஜெயகாந்தன்
35. பி.டி.ஆர். பழனிவேல் ராஜன்
36. மரியா ரெஸ்லா
37. சிமோன் ஸ்னிக்
38. ஈ.டி.யுங்க்
39. சசி தரூர்
40. பில் கேட்ஸ்
41. சுந்தரராமசாமி
42. முசோலினி
43. மகாத்மா காந்தி
44. சர்ச்சில்
45. மார்டின் லூதர் கிங்
46. சோ. ராமசாமி
47. எம்ஜிஆர்
48. அப்துல் கலாம்
49. பாலகுமாரன்
50. அறிஞர் அண்ணா

ஆதித்யா தொலைக்காட்சி நேர்காணலில் ஒரு கேள்வியும் பதிலும்

ஆர்கே:

பொதுவாக எழுத்தாளர்கள் மேடையில் பேசுவதைத் தவிர்ப்பார்கள். சுஜாதா முதல் பா.ராகவன் வரை உதாரணமாகச் சொல்லலாம். உரைகளில் அதிகம் கவனம் செலுத்துகிறீர்கள் ஏன்? மேடையில் அதிகம் பேசுகிறவன் நுட்பத்தை இழப்பானென்று சுந்தரராமசாமி கருதினார் இல்லையா?

செல்வேந்திரன்:

நல்ல எழுத்தாளர் நல்ல பேச்சாளராக இருக்கமுடியாது அல்லது இருக்கக் கூடாது என்பது மிகப்பெரிய மூடநம்பிக்கை. மிக அதிகம் பக்கம் எழுதிய இந்திய எழுத்தாளர் மகாத்மா காந்தி. அவர் பேசியது இந்தியாவெங்கும் எதிரொலித்தது. தாகூர் உலகமெங்கும் பயணித்து உரையாற்றியவர். டால்ஸ்டாய் பைபிள் குறித்து சிறப்பாக உரையாற்றக்கூடியவர். தமிழிலும் பாரதி, ஜெயகாந்தன், பாலகுமாரன் தொடங்கி எஸ்.ராமகிருஷ்ணன், ஜெயமோகன் வரை ஒரு நிரை உண்டு.

என்னுடைய வாழ்க்கையை ஒரு பேச்சாளராக அமைத்துக் கொள்ளவேண்டுமென்பது என் சிறுவயது கனவுகளில் ஒன்று. அந்நாட்களில் நான் கிருபானந்தவாரியாரின் சொற்பொழிவுகளால் பெரிதும் ஈர்க்கப்பட்டிருந்தேன். ஆன்மீக சொற்பொழிவுகளில் புரட்சியை நிகழ்த்திய இளம்பிறை மணிமாறன் எனது ஊரைச் சேர்ந்தவர். என் இளைய மகளுக்கு அவரது பெயரைத்தான் சூட்டியுள்ளேன்.

தமிழின் இலக்கியச் செழுமையை, காப்பியங்களை, பக்தி இலக்கியத்தை, அறிவியக்கத்தை பொதுமக்களுக்கு எடுத்துச் செல்லும் வலிமை மிக்க ஊடகமாக மேடைகள் விளங்கின. அறிஞர்கள் அதைச் செய்தார்கள். இன்றிருக்கும் பேச்சாளர்கள் மேடையை ஒரு மலினமான ஊடகமாக மாற்றிவிட்டார்கள். இருபதாயிரம் முதல் இரண்டு லட்சம் வரை பணம் பெற்றுக்கொண்டு உரையாற்றும் தொழில்முறை பேச்சாளர்கள் சுமார் 116 பேர் இங்கே இருக்கிறார்கள். அதில் வெகு சிலர்தான் அசலான பேச்சாளர்கள். மீத நபர்களெல்லாம் பணத்தைப் பெற்றுக்கொண்டு மோசடி செய்பவர்கள்.

ஒன்றுக்கொன்று தொடர்பில்லாத ஜோக்குகளை உதிர்ப்பார்கள். மிகையான பெருமிதங்களைப் பேசுவார்கள். ஆதாரமற்ற தவறான வரலாற்றை சொல்வார்கள். மொத்த உரையிலும் ஒரு புதிய சிந்தனையை சொல்லமாட்டார்கள், ஒரு எழுத்தாளனையோ புத்தகத்தையோ அறிஞனையோ குறிப்பிட்டு பேசமாட்டார்கள். அதிகபட்சம் 50 பழந்தமிழ்ப் பாடல்களை மனப்பாடம் செய்து வைத்திருப்பார்கள். இங்குதான் இவர்கள் பேச்சாளர்கள் எனும் அந்தஸ்தில் வலம் வருகிறார்கள். இன்னொரு பண்பாட்டுச் சூழலில் இவர்களுக்கு ஸ்டாண்டப் காமெடியன் என்றுதான் பெயர்.

மேடைகள் அறிஞர்களுக்கு, எழுத்தாளர்களுக்கு, அன்றாடம் வாசிப்பவர்களுக்கு, தொடர்ந்து மொழியில் புழங்குபவர்களுக்கு உரியவை. அல்லது குறைந்தபட்சம் தன் துறையில் எதையெனும் செய்து காண்பித்தவர்களுக்குரியவை. இந்தக் கோமாளிகளிடமிருந்து தமிழ் மேடைகள் மீட்கப்படவேண்டும்.

★

நானும் மேடைகளும் – ஒரு நாட்குறிப்பு

என் கணக்குப்படி மேடைப் பேச்சை தொழிலாகக் கொண்டவர்களில் முகம் தெரிந்தவர்களென 116 பேர் தமிழ்நாட்டில் இருக்கிறார்கள். ஐவேசுக்குத் தகுந்தபடி ஐந்தாயிரம் முதல் இரண்டரை லட்சம் வரை சன்மானமாகப் பெற்றுக்கொள்பவர்கள். ஆனால், ஒரு புதிய சிந்தனையை மேடையில் முன்வைப்பவர்கள், உரை கேட்டு திரும்புகையில் யோசிப்பதற்குச் சில கருத்துக்களை வெளிப்படுத்துபவர்களென 10 பேர் கூட தேறமாட்டார்கள்.

ஒன்றுக்கொன்று தொடர்பில்லாத அசட்டு ஜோக்குகளை உதிர்ப்பவர்களை ஸ்டாண்டப் காமெடியன்கள் என்றழைப்பதுதான் உலகவழக்கு. தமிழ்நாட்டில் மட்டும்தான் இவர்கள் பேச்சாளர்களெனும் பெயரில் பெரும்புகழோடு வலம் வருகிறார்கள். மீப்பெரும் தொகையைப் பெற்றுக்கொண்டு மேடை உரையை வெற்று கேளிக்கையாக மாற்றுகிறார்கள். அதன் மீது தமிழர் பெருமிதம், பழந்தமிழ் இலக்கியம், வரலாறு, ஆன்மீகத்தை ஒரு சரிகைத்தாளைப் போல சுற்றிக்கொடுப்பார்கள். அசலான மதுரை மல்லி மோசடி இது.

இவை மோசடி மட்டுமல்ல. மன்னிக்கவியலாத குற்றங்களும் கூட. மனித நேரங்கள் என ஒன்றிருக்கிறது. 500 பேர் கொண்ட

அவையில் ஒரு கோமாளி 2 மணி நேரங்கள் உளறுகிறானென்றால் அனர்த்தமாவது 1002 மனித நேரங்கள். கிட்டத்தட்ட 42 நாட்கள். தவிர 500 பேரும் நகரத்தின் வெவ்வேறு பகுதிகளில் இருந்து நிகழ்ச்சிக்கு வந்திருப்பார்கள். எரிபொருள், பயண நேரம், அரங்கில் செலவிடும் நேரம் எல்லாம் கணக்கிட்டால் நட்டம் பெரிது.

இன்னொரு நட்டம் இருக்கிறது. கால்குலேட்டரில் கணக்கிட முடியாதது. எந்த மேடையும் எழுத்தாளன், கலைஞன், அறிஞன், சிந்தனையாளன், ஆய்வாளன், அறிவியலாளன், இலட்சியவாதி, களப்பணியாளன், செயல் வீரன், தொழில் முனைவோன் என தன் துறையில் குறிப்பிடும்படியான சாதனைகளைச் செய்தவர்களுக்குரியது. அவர்கள் மீது விழவேண்டிய வெளிச்சத்தையும், கவனத்தையும் இவர்கள் அபகரித்துக்கொள்வார்கள். இந்தக் கோமாளிகளின் பேச்சை 5 நிமிடங்களுக்கு மேல் கேட்கிற எந்த மில்லியனியலும் 'இவந்தான் இங்கே அறிஞனா?' எனும் எளக்காரத்துடன் பிடிஎஸ்ஸுக்கு நகர்ந்துவிடுவார்கள். தமிழ் அறிவுச் சூழலை மொய்த்துக்கொண்டிருக்கும் இந்தக் கொசுக்கள் ஒழிக்கப்பட வேண்டும்.

இந்த மோசடிப் பேர்வழிகளை அடையாளம் காண்பது எளிது. மேடை அமைந்திருக்கும் ஊரை, நிகழ்ச்சி ஏற்பாட்டாளரை, பார்வையாளரை மிகையாகப் புகழ்வார்கள். அதன் ஒரே நோக்கம் கைதட்டல் பெறுவதும், அடுத்த முறை பேசுவதற்கு அச்சாரம் வாங்குவதும்தான். இவர்கள் சொல்வதைப் போல ஓர் ஊருக்கென்று ஒட்டுமொத்த தனிப்பெரும் அருங்குணங்கள் எல்லாம் உலகின் எந்த நகருக்கும் கிடையாது. குறிப்பாக தமிழக நகரங்களுக்குக் கிடையவே கிடையாது. சாதியப்பாகுபாடுகள், ஆணவக்கொலைகள், பெண்ணடிமைத்தனம், உழைப்புச் சுரண்டல், சூழலியல் சீர்கேடு செய்யாத மக்கள் தமிழ்நாட்டில் எங்கேனும் உண்டா?

தமிழுக்கும் தமிழர்க்கென்றும் அசலான பெருமைகள் ஏராளம் உண்டு; எதையேனும் வாசித்தறியும் வழக்கம் உடையவர்கள் அதைத்தான் சொல்வார்கள். நம் மேடையர்கள் கருவிலே

திருவுடையவர்கள். ஆகவே காலம் காலமாக மேடைகளில் அடித்துவிடப்படும் புரூடாக்களையும், வாட்ஸாப் யூனிவர்சிட்டி தகவல்களையும் உணர்ச்சிகரமாக கொட்டி பார்வையாளர்களை மெய்சிலிர்க்க வைப்பார்கள். கடந்த நூறாண்டுகளாகத் தமிழக மேடைகளில் கொட்டியளக்கப்படும் மிதமிஞ்சிய தமிழ்ப் பெருமிதங்களை இன்னொரு தேசத்து அறிஞன் கேட்டால் சிரிப்பான். பண்டைநாள் பெருமை பேசும் இனத்திடம் நிகழ்காலச் சிறுமைகள் மிகுந்து காணப்படும் என்கிறார் ப.சிங்காரம். தனக்கு இல்லாத பெருமிதங்களைப் பேசி மகிழ்வது தாழ்வுணர்ச்சியின் வெளிப்பாடும் கூட.

தஞ்சாவூர் கோபுரம் நிழல் விழாது, பாரதியாரைப் பாதுகாக்க வேண்டுமென காந்தி சொன்னார், சுசீந்தரம் ஆலயத்தில் இசைத் தூண்கள், தமிழ் மாணவன் உறங்குகிறான் என ஜியு போப் கல்லறையில், பஞ்சாங்கம் பார்த்து ராக்கெட் ஏவினார்கள், காந்தி பகத்சிங்கை காப்பாற்றவில்லை, நேதாஜி படைகளைக் கண்டு பிரிட்டிஷ் அஞ்சியது... அடேங்கப்பா எத்தனையெத்தனை பொய்கள்.. எத்தனை திரிபுகள்.. பலமுறை பல ஆய்வாளர்கள் பல நூல்கள் எழுதி பொய்யென நிரூபித்த பின்னரும் மேடைகளில் இந்த பொய் உமிழ்வுகள் தொடர்கின்றன.

எனக்கு மேடையில் பேச பிடிக்கும்; ஆனால், உரை நேர்த்தியாகத் தயாரிக்கப்பட்டு ஆற்றொழுக்காக நிகழ்த்த வேண்டுமென்பது கடப்பாடு. கல்வி நிறுவனங்கள் தவிர பிற எங்கு பேச அழைத்தாலும் தயங்குவேன். கட்டுரை தயாரிக்க கால அவகாசம் இருந்தால் மட்டுமே ஒப்புக்கொள்வேன்.

மேடை உரைகளை அவதானிப்பது என் வழமை. ஜெயமோகனும் திருமாவளவனும் எனக்கு மிகப் பிடித்த பேச்சாளர்கள். அரங்கில் எத்தனை ஆயிரம் பேர் இருந்தாலும் ஓர் ஆன்மிகமான அமைதியை உருவாக்க வல்ல எஸ்.ராமகிருஷ்ணன், தன் தரப்பை ஆணித்தரமாக நிறுவுவதில் வல்லவரான சு.வெங்கடேசன், தர்க்க ஒழுங்கை கட்டியெழுப்பி திடீரென கலைத்து அடுக்கும் பேராசிரியர் டி. தர்மராஜ், உரையை ஒரு கம்ப்ளீட் பேக்கேஜாக முன்வைக்கும் நாஞ்சில் நாடன், சோ. தருமன்,

கண்மணி குணசேகரன், பேசுபொருளை ஒட்டியே பேச்சை விரித்துக்கொள்ளும் ஜா. தீபா, வெடிச்சிரிப்பில் அரங்கை அதிரவைக்கும் சாம்ராஜ், ரமேஷ் வைத்யா ஆகியோர் என்னை வியப்பில் ஆழ்த்துபவர்கள்.

இவர்கள் தவிர வெவ்வேறு காரணங்களுக்காக பழனி பாபா, சீமான், ஜான் ஜெபராஜ், திருச்சி கல்யாணராமன், ஆ. ராசா, நெல்லை கண்ணன், மிஷ்கின் உள்ளிட்டோரது மேடை உரைகளைக் கேட்பதுண்டு. ஒவ்வொரு நாள் இரவிலும் உரைகள் கேட்டுவிட்டு உறங்கச் செல்வது என் வழக்கம். என் நோக்கில் தமிழ் மேடைகள் கூர்மையடைந்து வருகின்றன. குறிப்பாக விஷ்ணுபுரம் நண்பர்கள் அசத்துகிறார்கள்.

சிறந்த பேச்சுக்கு நல்ல தூக்கம் அவசியம். இல்லையெனில், டெலிவரி ஸ்பிரிட் இருக்காது. ஜெயமோகன் தன் மேடை உரைகளுக்கு முன் ஒரு மணி நேரமாவது தூங்கி எழுவார். எனக்கு அந்தக் கொடுப்பினை இல்லை. இரவெல்லாம் ஏ.ஆர்.ரஹ்மானாகி பகலில் வீங்கின முகத்தோடும் குழம்பின மூளையோடும் திரிவது என் வாழ்முறை. பெரும்பாலான எனது மேடைப்பேச்சுக்கள் அளவான தூக்கம் இல்லாததால் சற்று வீர்யம் குறைந்தவை. ழகரப் பிரச்னைகளோடு கொஞ்சம் துடுக்கும் கலந்திருப்பது என் மேடை உரைகளின் பிரதான குறைகள்.

வாசிப்பினால் ஆய பயனென் கொல்

– செல்வேந்திரனின் உரைகளைப் பற்றி எழுத்தாளர் ஆர். காளிப்ரஸாத்

மேடை உரைகளில் கேட்பவரை மதித்து ஆற்றப்படும் உரைகள் இலக்கிய மேடைகளில் மட்டும்தான் நிகழ்கின்றன என்றாலும் அதில் கூட பாவனைகள் அதிகம்தான். ஒரு வாசகனுக்கு ஏன் எழுத்துக்களை விட உரைகள் அலுப்பு தட்டுகின்றன என்று யோசித்துப் பார்த்தாலே தெரியும் அதில் உள்ள குறைபாடுகள். கேட்பவரை ஒன்றும் தெரியாதவர் என நினைத்து பேசுவது ஒரு வகை. எல்லாம் தெரிந்தவர் என நினைத்து பேசுவது மற்றொரு வகை. இந்த இரு எல்லைக்கும் இடையேதான் ஒரு சிறந்த பேச்சாளர் கவனத்தை கவர்கிறார். அவர் எல்லாம் தெரிந்தவரிடம் பேசுபவர் போன்ற தொனியில் ஆரம்பித்து அவருக்குள் அவருக்கே தெரியாத புதிய செய்திகளை நுழைத்து விடுவார். செல்வேந்திரனின் உரை அத்தகையவை. அவர், வாழ்வில் பெரு வெற்றி கண்ட தொழிலதிபர்களிடம் பேசும் உரையும் அதனை அடுத்து வாழ்வில் கள அனுபவங்களில் இனிதான் அடியெடுத்து வைக்க வேண்டும் என்னும் நிலையில் உள்ள மாணவர்களிடம் பேசும் உரையும் இந்தத் தொகுப்பில் அடுத்தடுத்து உள்ளன. அந்த இரு உரைகளிலும் அவர் கேட்பவரிடம் ஒரு சீண்டலை முன் வைக்கிறார். அந்த உரையின்

சரியான பார்வையாளர் யாரோ அவருக்கு அது சொல்ல வந்த சேதியை குறைந்த வார்த்தையில் சொல்லிவிடுகிறது.

செல்வேந்திரன் இருவகையான எழுத்துக்களில் ஊறியவர். ஒன்று நாளிதழ் எழுத்து இரண்டாவது இலக்கிய எழுத்து. நாளிதழ் அன்றாடத்திற்கானது. இலக்கியம் அந்தரங்கத்திற்கானது. இதில் ஒருவரின் ஆளுமையை உருவாக்கும் எழுத்து என்பது இலக்கியம்தான். அவர் எழுதிய 'வாசிப்பது எப்படி?' புத்தகம் அன்றாட செய்திகளின் வாயிலாக இயல் வாழ்க்கையில் ஒருவன் எவ்வாறு வெற்றி கொள்ளலாம் முதன்மை பெறலாம் எனச் சொல்லுகிறது. இந்தப் புத்தகம் 'வாசிப்பினால் ஆய பயனென் கொல்' என்கிறது. அதற்கு ஆதாரமாக அவரது அந்தரங்கத்தைப் பகிர்கிறது. கூடவே, செல்வேந்திரன் என்கிற ஆளுமை உருவாகிவந்த விதத்தையும் கோடிடுகிறது.

இலக்கிய வாசிப்பு ஒரு விஷயத்தை எவ்வாறு அணுக உதவுகிறது என்பதற்கு ஒரு உதாரணம் இந்தப் புத்தகத்தில் தொழிலதிபர் ஏ.வி.வரதராஜன் குறித்த செல்வேந்திரனின் அறிமுகம். அவர் தனது சிறு வயதில் அனைத்து நெரிசல்களைக் கடந்து காந்தியின் கரங்களைப் பிடித்த தருணத்தைச் சொல்கிறார். அத்தனை பேரில் அவரே முந்திச் சென்று காந்தியைத் தொடுகிறார். ஒரு சிறுவன் மாகாத்மாவைத் தொடுகிறான். பின்னாளில் அவர் தொட்ட உயரங்களுக்கான குறியீடாக அதை உணர்த்துகிறார். ஆனால் கலை இலக்கியத்தின் முதன்மை செயல்பாடு தன்னை அறிய வைத்தல். அந்த தருணத்தையும் அவர் வர்ணிக்கிறார். ஓர் இலக்கிய வாசகனின் ஒப்புதல் வாக்குமூலம் என்கிற உரையின் வழியாக இவர் பின்னாட்களில் அதை மீட்டிப் பார்த்து தொகுத்துக் கொண்டிருக்கிறார். அதுவே இலக்கியத்தின் பயன்மதிப்பு.

இதில் ஜி.டி.நாயுடுவும் சி.பா ஆதித்தனாரும் கப்பலில் விபத்தில் தப்பி நீந்திக் கரையேறியது முதல் வாரன் பஃபெட் வாசிக்கும் பக்க எண்ணிக்கை வரை என தகவல்கள் நிரம்பியுள்ளன. நகைச்சுவை சம்பவங்கள் உள்ளன. ஆனால், மேடை உரைகள் வெறும் தகவலுக்காவோ நகைச்சுவைக்காகவோ ஆற்றப்படுவதில்லை. இவ்விரண்டின் வாயிலாகச் சென்றாலும்,

இவற்றைத் தாண்டிச் சென்று அது கேட்பவர் மனதைத் தைக்க வேண்டும். இந்தப் புத்தகத்தின் உரைகள் அத்தகையானவை. இதில் உள்ள சில உரைகளை முன்பே வாசித்திருக்கிறேன். இதில் இல்லாத உரைகளையும் கேட்டிருக்கிறேன். தனது மொத்த உரைகளில் இருந்து அதிகமும் வாசிப்பு குறித்த உரைகளை மட்டும் இங்கு தொகுத்திருக்கிறார். உரையாக கேட்பதை விடவும் இப்போது புத்தகமாக மீண்டும் வாசிக்கும் போது அதில் இன்னும் கூரிய இடங்கள் தென்படுகின்றன. அதுவே நல்ல உரைக்கான இலக்கணமும்கூட என்று கருதுகிறேன். நான் செல்வேந்திரனை, விகடன் வழியாகவும் பின் அவரது வலைப்பூ வழியாகவும் தொடங்கி வாசிப்பவன். அவரிடம் வற்றாமல் ஊற்றெடுத்து வரும் நகைச்சுவை வாசிப்பவரிடம் தொற்றிக் கொண்டு விடும். அவர்களிடமிருந்து சுற்றியிருப்பவரிடமும் பரவும். பின்னாட்களில் வந்த ’ட்வீட்’ வகை குறுஞ்செய்திகளுக்கு முன்னோடியானது விகடனில் அவர் எழுதிய முடியலத்துவம் என்கிற (அவல)நகைச்சுவைப் பத்திகள். இதில் அவர் அதை அடைந்த தருணத்தைச் சொல்கிறார். அதை வாக்குமூலமாக உரைக்கிறார். அதை வைப்பதன் வழி அவர் அதைக் கடந்து செல்கிறார். ஒரு இலக்கிய வாசகனின் ஒப்புதல் வாக்குமூலம் என்கிற உரையை வாசித்த போது எழுத்தாளர் ஜெயமோகன் தற்கொலைக்கு சென்று மீண்ட சம்பவத்தை மனம் தொட்டுப் பார்த்தது. ஜெயமோகனது வெண்முரசு நாவலில் தருமன் அட்சயப் பாத்திரம் பெற்ற தருணமும் எனக்கு அதே சம்பவத்தை மீண்டும் தொட்டுக் காட்டியது. ஒரு இடரின் வழியாகவே மனிதன் தன்னை தொகுத்துக் கொள்கிறான். அவ்வகையில், தருமன் பெற்ற அட்சயப் பாத்திரம் ‘அன்னம் குறையாக் கலம்’. ஜெயமோகன் பெற்ற அட்சயப் பாத்திரம் ’அக்ஷரம் குறையாக் கலம்’. இங்கு செல்வேந்திரன் அந்தக் கிருஷ்ணாபுரம் சிலையின் வாயிலாக ’ஹாஸ்யம் குறையாக் கலத்தை’ பெற்று வந்திருக்கிறார். அவர் அதை தொடர்ந்து கைக்கொண்டு, அனைவருடனும் பகிர்வாராக!!!

தன் வரலாறுகள்

(கோவை தொழிலதிபர்களிடம் ஆற்றிய உரை)

எஸ்.ராமகிருஷ்ணனைத் தொடர்ச்சியாகப் பின் தொடர்பவர்களுக்குத் தெரியும். அவரது ஒவ்வொரு உரையிலும் பதிவு செய்யப்படாத வாழ்க்கைகளைப் பற்றிய தனது அச்சலாத்தியைத் தெரிவித்துக்கொண்டே இருப்பார். லட்சக்கணக்கான புத்தகங்கள் எழுதப்பட்ட பின்னரும் எத்தனையோ வரலாறுகள் கண்ணுக்கு முன்னே குவித்து வைக்கப்பட்ட பிறகும் ஏன் இந்த வாழ்க்கைகள் பதிவு செய்யப்பட வேண்டுமென்கிறார்?

வரலாறென்று நமக்கு கிடைப்பதெல்லாம் ஏதோ ஒருவகை அதிகாரம் கைவரப்பெற்றவர்களின் கதைகள்தாம். இக்கதையாடல்களின் சுருள்களை நீவி நீட்டிப் பார்த்தால், பெரும்பாலும் ஒரே திரைக்கதை. அசகாய சூரத்தனங்கள். அவற்றைக் கொண்டு அன்றைய வாழ்க்கையையும் புரிந்து கொள்ள இயலாது. இன்றைய சிக்கல்களுக்கும் அவை பொருந்தி வராது. உடனடி உதாரணம்: இடைநிலைச் சாதிகளின் வீரவரலாற்றுக் கதைகள். பின்புலமும் மாந்தர்களின் பெயர்களும் மட்டுமே வேறு. நரேஷன் ஒன்றுதான்.

பெருவரலாற்றின் ஒளிவட்டங்களுக்குள் வராத தன்வரலாற்று நூல்களின் மீது எனக்குப் பிரேமை உண்டு. சமத்காரங்களின் கூக்குரலுக்கு மத்தியில் மிக மெதுவாக மிருதுவாக நெருக்கமான மாற்று உண்மையை முன்வைப்பவை இந்த இணை வரலாறுகள். மாலைச் சூரியன் மறைவதும் அந்தியில் சந்திரன் எழுவதும் எங்கள் சாதனையே என திரும்பும் திசையெங்கும் திராவிடத்தின் 'டால் க்ளேய்ம்' கூவல் சூழலை நிறைத்துள்ளது. தத்துவங்களுக்குத் தாலி கட்டிக்கொண்டவர்கள் முற்போக்கு முகமூடிகளுடன் சமூக ஊடகங்களுக்குள் நுழைந்து அன்றாடம் வாக்கரசியல் பிரச்சாரங்களை முன்னெடுக்கிறார்கள். இவர்கள் கட்டியெழுப்பும் பிம்பப்பெருக்குகள் தனி வாழ்வில், கட்சி அரசியலில், நிர்வாகத்தில், பொதுவாழ்வில் செய்த அத்தனைக் கீழ்மைகளையும் சொட்டு விமர்சனங்களின்றி தங்கள் அரக்க இரைச்சலுக்குள் அடக்கிவிடுவார்கள். இன்று நாம் எதிர்கொள்கிற அத்தனைச் சிக்கல்களுக்கும் வேர் தங்கள் பாட்டுடைத்தலைவனைச் சென்று சேர்கிறதென்பதை வசதியாக மறைப்பார்கள். கண்ணதாசனின் வனவாசம், வலம்புரிஜானின் வணக்கம், சின்ன அண்ணாமலையின் சொன்னால் நம்பமாட்டீர்கள், வே. இராமநாதன் எழுதிய மாண்புமிகு உளவுத்துறை உள்ளிட்ட பல இணை வரலாற்று நூல்கள் மௌனமாக இந்த ஆளுமைகளின் மறுபக்கத்தை நினைவுபடுத்திக் கொண்டே இருக்கும். திராவிடத் தலைமைகளின் சமூகபங்களிப்பைப் பற்றி மயிர்கூச்செறியும்போதே அவர்கள் உருவாக்கிய கீழ்மைகளையும் பேசுவதற்கு இத்தகு 'பனை பாடினால்' நூல்கள் விதைகள் போல உறங்கிக்கொண்டிருக்கும். சரி போட்டு. அரசியல் கட்டுரை அல்ல இது.

அப்பாவைப் போல 'ஒரு சிறந்த குடும்ப மனிதனாக' இருக்க வேண்டும் என்கிற உறுதி எனக்குண்டு. குடும்பத்துடன் இருப்பதன் பொருட்டு எதையும் தியாகம் செய்வேன். இயகோகா சுப்பிரமணியம் எழுதிய திரைகடல் ஓடு திரவியம் தேடு என்ற நூலில் ஸ்விட்ஸர்லாந்தின் மிகப்பெரிய கோடீஸ்வரரான ஹெபாசிட் நிறுவனத்தின் தலைவர் சொல்வார் 'குடும்ப மனிதனாக இருப்பதென்பது எப்போதும் குடும்பத்துடன் நேரத்தைச் செலவிட்டுக்கொண்டிருப்பது மட்டுமல்ல. ஒருவன்

இருப்பினும் இல்லாது போயினும் அவனது குடும்பம் நல்ல வாழ்க்கைத்தரத்தைக் கொண்டிருக்க வகை செய்வதே ஒரு சிறந்த குடும்ப மனிதனின் அடையாளம்'. அந்த வரி என் வாழ்க்கையில் மிகப்பெரிய மாற்றத்தை உண்டு பண்ணியது. குடும்பம் அடிப்படை வசதிகளுக்கு அல்லாடும் நிலையில் குடும்பத்தோடு நேரம் செலவிடுகிறேன் என்பது எவ்வளவு பெரிய அனர்த்தம்.

கொடீசியா இந்தியாவில் முன்மாதிரியான அமைப்பு. அதைக் கட்டி எழுப்பிய ஆளுமைகளுள் மிக முக்கியமானவர் ஏ.வி. வரதராஜன். மீப்பெரும் தொழிலதிபர். அவரைப் பற்றி இந்திய தொழில் வர்த்தக சபை சிறு நூல் வெளியிட்டுள்ளது. அதில் ஒரு சம்பவம். பழனிக்கு காந்தி வருகிறார். சொல் எழா கூட்டம். பத்து வயதுப்பையனாக சித்தப்பாவின் கைகளைப் பிடித்துக்கொண்டு திருவிழா பார்க்கச் செல்கிறார் ஏவிவி. காந்தி இருக்கும் கார் கூட்டத்திற்குள் நுழைகிறது. முன் இருக்கையில் காந்தி ஜனங்களைப் பார்த்து வணங்கியபடி இருக்கிறார். ஏவிவி என்ன நினைத்தாரோ தெரியவில்லை. சடாரென குதித்து கூட்டத்தைப் பிளந்து வேகமாக ஓடிச்சென்று காரின் ஃபுட் ஸ்டெப் - அக்காலங்களில் கார்களில் ஃபுட் ஸ்டெப் இருக்கும் - தொற்றி ஏறிக்கொள்கிறார். காந்தியின் நீட்டிய கரங்கள் கார் கதவின் இடைவெளிக்குள் இவரது கைக்குள் மாட்டிக்கொண்டது. கொஞ்ச தூரம் சென்றபின் காரை நிறுத்தி இவரை அன்போடு இறக்கி விடுகிறார்கள். ஏவிவி பின்னாட்களின் தொட்ட சிகரங்கள் அனைத்திற்குமான விதைபோல இந்தச் சம்பவம் என நினைத்துக்கொள்வேன். புயல் போன்ற செயலிலும் துறவியைப் போன்ற எளிமையிலும் அவர் எனக்கு ஒரு குட்டி காந்தியாகவே தெரிவார். கோவையில் காந்தி நட்ட மரம் இருக்கிறது. தொட்ட மனிதரும் இருக்கிறார் என அவ்வப்போது நினைத்துக்கொள்வேன்.

தமிழகத்தில் ஆர்.எஸ்.எஸ் அமைப்பைத் தோற்றுவித்த முன்னோடிகளுள் ஒருவரான அண்ணாமலை அவர்களின் வாழ்க்கை வரலாறு 'அறவாழ்வும் அர்ப்பணிப்பும்' என்ற பெயரில் வெளியாகியுள்ளது. திராவிட இயக்கம் கோலோச்சிய காலத்தில் ஆர்.எஸ்.எஸ் அமைப்பின் உறுப்பினர்கள் பட்ட

இன்னல்கள், அரசுப்பணியில் இருப்பவர்கள் அரசியல் நிலைப்பாடுகளுக்காக கொடுக்கவேண்டியிருந்த விலை, எமர்ஜென்சி தளும்புகள், கன்னியாகுமரியில் விவேகானந்தர் பாறை அமைக்கப்படுவதற்கு இடையூறு செய்த ஒரு வங்க அமைச்சருக்கு எதிராக கல்கத்தாவிற்கே சென்று வீதி வீதியாகப் பிரச்சாரம் செய்தது என பல சுவாரஸ்யங்கள்.

ஜிடிநாயுடு இரண்டு முறை ஐரோப்பியப் பயணத்திற்குத் திட்டமிட்டும் கப்பல் விபத்துக்குள்ளானதால் நீந்தி கரையேறி உயிர் பிழைத்தார். மூன்றாவது முயற்சியில் ஐரோப்பா சென்றார். பற்பல சாகசங்கள் நிரம்பிய அவரது பயணங்களில் ஹிட்லர், முஸோலினி ஆகியோரைச் சந்தித்துப் பேசினார். புகைப்படங்கள் எடுத்துக்கொண்டார். தன்னுடைய கண்டுபிடிப்புகளை அவர்களுக்குப் பரிசளித்தார். பெருந்தொழிலதிபர் என்றபோதும் அங்குள்ள கல்விக்கூடங்களில் சேர்ந்து மோட்டார்களை மேம்படுத்த கற்றுக்கொண்டார். கற்றும் கொடுத்தார். சென்ற நாடுகளின் பொது நிர்வாகத்தை, தொழில்முனைவை, மக்களின் பண்புநலன்களைப் பரிசோதிக்கும் பல்வேறு பரிட்சார்த்தங்களை மேற்கொண்டார். எல்லாமே சர்க்கஸ் பார் விளையாட்டு போல வித்தையும் விபரீதங்களும் கலந்தவை. ஒரு தொழிலதிபர் ஏன் பயணம் மேற்கொள்ள வேண்டும்? அதன் நோக்கம் என்னவாக இருக்கவேண்டுமென்பதை அறிந்துகொள்வதற்கு அவசியம் வாசிக்க வேண்டிய நூல் 'நான் கண்ட உலகம்'

தினத்தந்தி ஆதித்தனார் திரட்டிய சொத்துக்களுடன் நாடு திரும்பியபோது கப்பல் தீக்கிரையாகி நீந்தியே தமிழகம் வந்து சேர்ந்தது (ஆதித்தனார் வரலாறு) பிசாசு என நினைத்து ஊரே அஞ்சி நடுங்கிய திருடனை ஒற்றையாய் போராடி பிடித்த நாமக்கல் கவிஞரின் அம்மா (என் கதை), ஜோர்டான் ஃபெல்போர்ட் சிறுவயதிலேயே சாதாரண ஐஸ்க்ரீமை வெளிநாட்டு ஐஸ்க்ரீம் என்று கடற்கரைக் காதலர்களிடம் விற்று பணம் சம்பாதித்தது (வுல்ஃப் ஆஃப் வால்ஸ்ட்ரீட்), ரயிலில் பயணம் செய்ய இருப்பவர்கள் வீட்டிலிருந்தே குண்டுபல்பு கொண்டு வந்து பயணிக்கும் பெட்டியில் பொருத்திக்கொள்ளவேண்டியது (ஏகே செட்டியார் பயணநூல்கள்), பர்மாவிலிருந்து கால்நடையாகவே வந்து சேர்ந்தவர்கள் இந்திய எல்லைக்குள்

நுழைந்ததும் பட்ட அவலங்கள் அலைக்கழிப்புகள் (பர்மா நடைப்பயணம்), அன்றாடம் ஊரே குளித்த தெள்ளிய நீர் ஓடிய கூவம் பற்றிய சித்தரிப்புகள் (திருவிக வாழ்க்கைக் குறிப்புகள்), இந்தி தெரியும் என்கிற காரணத்தினாலேயே ராஜாஜி பக்கம் சாய்ந்த காந்தி (சாண்டில்யனின் எனது போராட்டங்கள்) ஆலயப் பிரவேசத்தை எதிர்த்த உவேசா (நாடார் கறுப்பா காவியா?) அரவணைக்க ஆட்களிருந்தாலும் எந்த அமைப்பிற்குள்ளும் ஒழுங்கிற்குள்ளும் அடங்க மறுத்து வறுமையை வாரிச்சூடிக்கொண்ட புதுமைப்பித்தன் படுத்திய பாடுகள் (தொமுசியின் புதுமைப்பித்தன் வரலாறு) கர்நாடக சங்கீத இசையுலகிற்குள் இருந்த அரசியல்கள், பக்கச் சாய்வுகள் (ரஸிகமணி கடிதங்கள்) வெள்ளை அதிகாரிக்கு எதிராக காந்தி கோவையில் நடத்திய போராட்டம் (ஆர்.கே.எஸ். வாழ்க்கை வரலாறு) எழுதும் போது ஒவ்வொரு இணைவரலாற்று நூலின் பெயர்களும் சம்பவங்களும் நினைவில் முட்டிக்கொண்டே இருக்கின்றன. நிற்க.

இந்தக் கொரானா காலத்தில் சில தன்வரலாற்று நூல்களின் கைப்பிரதிகளை வாசிக்கும் வாய்ப்பு கிடைத்தது. அவற்றுள் முக்கியமானது நண்பர் யுவராஜின் அம்மாவுடையது. தலைமைக் காவலர் பதவிக்குப் பெண்களை நியமனம் செய்யலாம் என அன்றைய முதல்வர் எம்ஜிஆர் கொண்டு வந்த திடீர் சட்டத்தின் பயனாக 22 பெண்கள் தலைமைக்காவலர் ஆகிறார்கள். அதில் ஒருவர் யுவராஜின் அம்மா. 18 வயதிலேயே தலைமைக்காவலராகப் பணியில் சேர்ந்து டிஎஸ்பி வரை உயர்ந்து ஓய்வு பெறுகிறார். அக்காலத்தைய போலீஸ் குவார்ட்டர்ஸ் வாழ்வு, பெண்களின் நிலை, சமூகச்சூழல், நாற்பது வயதைத்தாண்டிய ஆண் காவலர்கள் 18 வயது பெண் தலைமைக் காவலரை எதிர்கொண்ட விதம், பிள்ளைகளை வளர்க்க முடியாமல் அவரது அப்பா - அவரும் ஒரு காவலர் - காவல்நிலையத்திற்கு எதிரேயே ஒரு சைக்கிள் கடை நடத்தியது என படு சுவாரஸ்யமான நாவலைப் போல இருந்தது. அன்று தமிழகத்திலேயே மிக அதிகம் தற்கொலை பழனியில்தான் நிகழ்ந்திருக்கிறது. புண்ணிய ஸ்தலத்தில் இறந்தால் மோட்சம் போகலாமென பழனிக்கு வந்து சண்முகா நதியில் மூழ்குபவர்கள்,

மலையிலிருந்து குதிப்பவர்கள், விடுதி அறைக்குள் தற்கொலை செய்பவர்கள் என அன்றாடம் குறைந்தபட்சம் இரண்டு மூன்று சாவுகள் விழும். பழனி காவல்நிலையத்தில் பணியாற்றுவது ஏறக்குறைய தண்டனை. எடுத்த எடுப்பில் தலைமைக் காவலரான பெண்ணை யார் சித்திரவதை செய்யாமல் இருப்பார்கள்? தற்கொலைப் பிணங்களைக் கைப்பற்றி விசாரிக்கும் பொறுப்பு இவருக்கு அளிக்கப்படுகிறது. இன்று போல கர்ப்பிணிகளுக்கு விடுப்பு கொடுக்கும் வழக்கம் அன்றில்லை. திருமணத்திற்குப் பின் யுவராஜின் அம்மா நிறைமாத கர்ப்பிணியாக இருக்கும்போது, ஒரு பெண் வீட்டைப் பூட்டிக்கொண்டுவிட்டாள் என்று தகவல் வருகிறது. வீட்டுக்கதவை உடைத்துக்கொண்டு உள்ளே நுழைகிறார். தூக்கிட்டு பிணமாகத் தொங்குபவளின் கால்கள் இந்த நிறைமாத கர்ப்பிணியின் வயிற்றில் மோதுகிறது. கைப்பிரதியை மூடிவைத்துவிட்டு அப்படியே உறைந்துபோய்விட்டேன்.

இன்னொரு சுவாரஸ்யமான வரலாறு செயின் ஆஃப் ஸ்கூல்ஸ் உருவாக்கிய ஒரு இளம்தொழில்முனைவியுடையது. வசதியான பெற்றோர்களுக்குப் பிறந்து வெளிநாடுகளில் உயர்கல்வி பெற்றவர். வேலைக்கெல்லாம் போகவேண்டாமென 22 வயதிலேயே திருமணம் செய்து அனுப்பிவிட்டனர். அந்த வீட்டில் ஒரு மாமியார். கல்வி கற்காதவர். ஐம்பதாண்டுகளாக சமையல்கட்டிலேயே கிடப்பவர். ஆணாதிக்கச் சிந்தனை மிக்க கணவரிடமும் மாமனாரிடமும் கட்டுண்டவர். எந்தச் சபையிலும் ஒரு சொல் சொல்லிப் பழகாதவர். ஆனால், தொடர்ச்சியாக இந்த உலகை அவதானித்து வந்தவர். சிறு கனலை மனதிற்குள் மிருதுவாக ஊதி ஊதி புகைய வைத்தவர். தழையத் தழையப் புதுத்தாலியுடன் வளைய வந்த மருமகளிடம் ‘நீயும் என்னை மாதிரியே அடுப்பங்கரையிலேயே கிடக்கப் போறியா’ என்று கேட்டார். அங்கு விழுந்தது முதல் விதை. சீரியலில் வரும் ஸ்டீரியோ டைப் மாமியார்களைப் பார்த்து அலுத்துப் போயிருப்பீர்கள்தானே? இந்த மாமியார் ஒரு நெடிய போருக்குத் தன் மருமகளைத் தயார் செய்தார். கார் ஓட்டுவது முதல் ஒப்பந்தங்களை வாசித்துப் புரிந்துகொள்வது வரை சகல விஷயங்களையும் ஒவ்வொன்றாகப் போராடி

போராடி கற்றுக்கொள்ள வைத்தார். ஒரு மதியூக மந்திரியாகப் பின்னாலிருந்து தன் மருமகளை இயக்கத் துவங்கினார். இன்று பத்து பள்ளிக்கூடங்கள். கர்த்தருக்குச் சித்தமானால் அந்த வாழ்க்கை வரலாற்றை நானே மொழிபெயர்ப்பேன்.

இன்னொன்று பன்னிரெண்டாயிரம் சம்பளம் வாங்கிய வேலையைத் துறந்துவிட்டு நிறுவனம் ஆரம்பித்த பத்தே வருடங்களில் 200 கோடி ரூபாய்க்கு விற்று விட்டு பெண்கள் மறுமலர்ச்சிக்கு மீத நாட்களை ஒப்புக்கொடுத்து விட்ட ஒரு மேனாள் பெண் தொழிலதிபரின் சரிதம். இது ரியல் கார்ப்பரேட் கிரிமினல்களின் கதை. ஊழியர்களைப் போல நிறுவனத்திற்குள் நுழைந்த போட்டி கம்பெனியின் ஆட்கள், வெஞ்சர் என உள்ளே நுழைந்த வல்ச்சர்கள், ஏற்றுமதி செய்த நாடுகளில் அங்குள்ள தொழிலதிபர்களுடன் அரசுகளே இணைந்து செய்த மோசடி என்று பற்பல வெப்சீரிஸூகளுக்கான சம்பவங்கள். விரைவில் தமிழிலும் ஆங்கிலத்திலும் வெளியாக இருக்கிறது.

இன்னொரு நூல் ஒரு நகைக்கடைக்காரரின் வரலாறு. மிகச்சிறிய நகரமொன்றில் மிகச்சிறிய நகைக்கடை. ஆனால் தமிழகத்தில் எவரோடும் போட்டியிடும் அளவிற்கு டர்ன் ஓவர். எந்தக் கலர் கலர் விளம்பரத்தாலும் முறியடிக்க முடியாத குடி நாணயம். வியாபாரத்தில் விதம் விதமான வித்தைகளைக் காட்டியிருக்கிறார். உதாரணமாக ஒன்று. அந்தச் சிறிய நகரத்தைச் சுற்றி சுமார் 80 கிராமங்கள். அந்தக் கிராமத்திலிருந்து டவுனுக்கு வந்து இந்த நகைக்கடைக்குள் எவர் நுழைந்தாலும் பஸ் டிக்கெட்டுக்கான பணம் இனாம். நகை வாங்க வேண்டுமென்பது அவசியமில்லை. டிக்கெட்டைக் காட்ட வேண்டுமென்பதும் அவசியம் இல்லை. நுழைந்து வேடிக்கை பார்த்தாலும் குறைந்தபட்சம் ரூபாய் முப்பது கையில் கொடுத்து விடுவார்கள். கெத்தெல் சாகிப்புக்கு நட்டம் இல்லை என்பது இலக்கிய வாசகன் அறிவான்.

ஏன் வரலாறுகள் எழுதப்பட வேண்டுமென்று எழுத்தாளர்கள் சொல்கிறார்கள் என்பது புரிகிறதில்லையா. ஒவ்வொரு வாழ்க்கையும் முக்கியமானது. அனைத்தும் வரலாற்றின் விசையோடு பின்னிப்பிணைந்தது. எதிர்காலத்தை நோக்கி

எழுதப்படுவது. என்றென்றும் மண்ணில் நிலைத்திருக்கக் கூடியது. காடுகள், மலைகள், நதிகள், கோட்டைகள், அரண்மனைகள், பேராலயங்கள் அழிந்திருக்கின்றன. ஆனால் எழுத்துக்கு மரணமில்லை. என்றோ எழுதப்பட்ட இலக்கியங்கள், கல்வெட்டுக்கள், செப்பேடுகள், ஓலைச்சுவடிகள், குகை ஓவியங்களைக் கொண்டு இன்று நாம் வரலாற்றை மீட்டிக்கொள்கிறோம். ஒரு குயவனின் பானையொட்டுக் கிறுக்கலில் கீழடிக்கும் சிந்துவெளி நாகரீகத்திற்குமான ஒரு கோட்டை இழுக்கிறோம் இல்லையா? நூல்களுக்கு ஒருபோதும் அழிவில்லை. ஒரெயொரு நூல் ஏதேனும் ஒரு நாட்டின் நூலகத்தில் எஞ்சியிருந்தாலும் விதை போல உறங்கிக்கொண்டிருக்கும். ஆயிரக்கணக்கான ஆண்டுகள் வாழப்போகும் பெருமரத்தின் விதை. அதைக் கொண்டு வரலாற்றின் இடைவெளிகளை நிரப்பிக்கொள்ள முடியும்.

பேராளுமைகளின் வாழ்வைச் சித்தரிக்கும் வரலாறுகள், வெற்றியாளர்களின் சாதனைகள், நிறுவனங்கள் தோன்றி வளர்ந்த கதைகள், முன்னோடி விவசாயிகளின் அனுபவங்கள், பெருவாழ்வு வாழ்ந்த மனிதர்களின் நினைவோடை, குடும்ப வரலாறுகள், பொருட்கள் மானுட வாழ்க்கைக்குள் நுழைந்த தருணங்கள், காபி டேபிள் புத்தகங்கள், நினைவு மலர்கள், சங்கங்களின் செயல்பாடுகள், முத்திரை பதித்த அதிகாரிகள், போராட்டங்களின் வரலாறு என ஒவ்வொன்றிற்குமான தேவைகள் இருக்கிறது. ஆனால், இவை காமா சோமோ மொழியில் எழுதப்படுவதனால் பிரயோசனமில்லை. பல தொழிலதிபர்கள் சித்திரவதையான மொழிநடையில் பல நூல்களை வடித்துள்ளார்கள். எந்த வாழ்க்கை வரலாறும் தேர்ந்த எழுத்தாளர்களால் எழுதப்பட வேண்டும். ஜெயமோகனுடன் பேசிக்கொண்டிருக்கும்போது சொன்னார் குமாரமங்கலம் வாழ்க்கை வரலாற்றை எழுதியவர் அவர் காங்கோவில் போர் செய்ததை ஒருவரி தகவலாகச் சொல்லிச் செல்கிறார் என்று.

இத்தகைய நூல்களை எழுதுவதற்கு சில அடிப்படைகள் உண்டு. மிகத் தீவிரமான ஆராய்ச்சி, எதையும் விரிவான வரலாற்றுப் பின்புலத்தில் நோக்கும் பார்வை, தளராத படைப்பூக்கம், நுட்பமானச் சித்தரிப்புகளுடன் பாயும் நடை, போலியான

மிகையுணர்ச்சிகள், தேய்வழக்குகளைக் களைவது, நான் லீனியராக அலைவுறும் பாணியில் கதையை சொல்வது, உணர்ச்சித் தருணங்களை அடையாளம் கொண்டு போதிய அழுத்தத்தை உருவாக்குவது, கச்சிதமான வடிவம் வரும்வரை அயற்சியின்றி எடிட் செய்வது போன்றவை முக்கியமானது. இவற்றுக்குரிய பயிற்சி இல்லாதவர்கள் ஒரு எழுத்தாளரை அமர்த்திக்கொண்டு தங்கள் வரலாற்றை எழுதுவதே சரியானது. ஜிடிநாயுடுவின் 'நான் கண்ட உலகம்' இன்று பிரபலமடைந்திருப்பதற்கு முக்கியமான காரணம் அதன் கோஸ்ட் ரைட்டரான திருலோகசீதாராம். இன்றும் நாட்டுக்கு உழைத்த நல்லவர்கள் சீரிஸ் நூல்கள் விற்பதற்குக் காரணம் யார் என்பதை 'அறம்' சிறுகதை வாசித்தவர்கள் உணர்வார்கள்.

வரலாறுகள், சுயசரிதைகள், நினைவோடைகள் எழுதுவதற்கு வரலாற்றிலேயே மிக உகந்த காலகட்டம் இதுதான். கிரிக்கெட் ஸ்கோர் போல சாவுச் செய்திகளைப் பார்த்துக்கொண்டிருப்பதற்குப் பதில், பிஸினஸ் என்னவாகும் என்கிற ஆரூடங்களை நாள் முழுக்க போனில் பேசிக்கொண்டிருப்பதற்குப் பதில் உங்கள் பேரன் பேத்திகள் வாசித்து அறிந்து கொள்ளும்படி குறைந்தபட்சம் குடும்ப வரலாறுகளையாவது எழுதி வையுங்கள்.

5 புத்தகங்கள்

(ஆல் இந்தியா ரேடியோவிற்காக ஆற்றிய உரையின் எழுத்து வடிவம்)

ஆல் இண்டியா ரேடியோ நேயர்களுக்கு என் அன்பான வணக்கம். கடந்த 25 ஆண்டுகளாக புத்தகங்களை வாசித்து வருகிறவன் நான். ஆண்டொன்றுக்கு சுமார் 50 புத்தகங்கள் என கணக்கிட்டால் கூட குறைந்த பட்சம் 1000+ புத்தகங்கள். இரண்டு நாட்கள் அவகாசத்தில் மிகப் பிடித்த 5 புத்தகங்களைத் தேர்ந்தெடுத்து உரையாற்றுவதென்பது ஆகக்கூடிய சிரமமான வேலை.

என்னுடைய சிந்தனையிலும், ஆளுமையிலும் கணிசமான பாதிப்புகளை நிகழ்த்திய, தன் மையக் கருத்தால் ஒரு மூல மந்திரம் போல தொடர்ந்து வழிநடத்துகிற ஏராளமான நூல்கள் என் வாழ்வில் உண்டு. பல தரப்பட்ட நேயர்களையும் மனதில் கொண்டு சில குறிப்பிடத் தகுந்த நூல்களைப் பற்றிய சுருக்கமான அறிமுகத்தை நிகழ்த்தலாம் என நினைக்கிறேன்.

1. ஜெயகாந்தன் சிறுகதைகள்

15 வயது. கைக்குச் சிக்கியதை வாசித்துக்கொண்டிருந்த பருவம்.

நரைத்த முறுக்கு மீசையும் தோளில் புரளும் தலைமுடியும் நிமிர்ந்த தோள்களுமாக ஜெயகாந்தனின் தோற்றம் பார்த்த மாத்திரத்திலேயே என்னை ஈர்த்தது. சாத்தான்குளம் அரசு நூலகத்தில் இருந்து சிறுகதைத் தொகுப்பு நூலை (கவிதா பிரசுரம்) வாசிக்கத் துவங்கினேன்.

திடுக்கிடும் திருப்பங்களும் சாகஸங்களும் கொண்ட துப்பறியும் நாவல்களையே விரும்பி வாசித்துக்கொண்டிருந்த காலம். ஜெயகாந்தனின் நீண்ட வர்ணனைகள் முதலில் ஆயாசத்தை உருவாக்கினாலும் அவரது வலுவான கதாபாத்திரங்கள் ஒவ்வொன்றும் நம் அன்றாட வாழ்வில் எதிர்கொள்கிறவர்களாக, பல்வேறு தருணங்களில் பல்வேறு விதமாக நடந்துகொள்கிற தனித்துவம் மிக்க குணச்சித்திரர்களாக இருந்தார்கள். அவரது கதைக்களன்கள் வாழ்க்கையின் சிறு துண்டை பிட்டு கண்ணுக்கு மிக நெருக்கமாக வைத்து அலசுவதைப் போல இருந்தது. ஜெயகாந்தனின் ஒரெயொரு சிறுகதையை வாசிக்கும் முன்பு வரை நான் சிறுவன். வாசித்த மறுகணம் நான் ‘மனிதன்’. அதிலும் சாமான்யன் அல்ல. உலக மனிதன்.

குடும்பம் எனும் அலகிற்குள் வாழ்ந்தாலும் ஒவ்வொரு தனிமனிதனின் அந்தரங்கமும் புனிதமானது.. எதன் பொருட்டும் இன்னொருவனின் தனிப்பட்ட விஷயங்களில் தலையிடாமல் இருப்பதே மிக உயர்ந்த மனிதப் பண்பு என்பதை மீச்சிறிய வயதிலேயே உணர்ந்துகொண்டேன். வளைந்து குழைந்து வசதியாக வாழ்வதை விடவும் அழகானது நிமிர்வும் நேர்மையும் உண்மையும் எளிமையும் என்பது அவர் முன் வைக்கும் வாழ்க்கை முறைமையாக இருந்தது.

ஜெயகாந்தன் எனக்குத் தந்த எல்லாவற்றையும் விட மிக உயர்வானது என்னவென்றால் ‘உன் வாழ்வை நீயே தீர்மானித்துக்கொள்ள முடியும்; யாரோ செலுத்துகிற விசையில் விருப்பமில்லாத திசையில் வாழ்ந்து கழியவேண்டியதில்லை’ எனும் மகத்தான ரகசியத்தைத்தான்.

பதின்பருவத்தில் அடியெடுத்து வைக்கும் ஒவ்வொருவரும் வாசிக்க வேண்டிய புத்தகங்கள் என நான் ஜெயகாந்தனின் சிறுகதைகளைச் சொல்வேன்.

2. என் இளமைக்கால நினைவுகள்

என்பதுகளில் நவசன்யாச அலையை உருவாக்கிய ஓஷோ தன் பால்யத்தை குறித்து எழுதிய நூல் Glimpses of a Golden Childhood. அந்நூல் ஸ்வாமி ஆனந்த் பரமேஸ் என்பவரால் தமிழில் மொழிபெயர்க்கப்பட்டு 'என் இளமைக்கால நினைவுகள்' எனும் பெயரில் 1995ல் கவிதா பதிப்பக வெளியிடாக வந்தது.

இந்நூல் மத்தியப்பிரதேசத்தில் குச்வாடா கிராமத்தில் தன் தாய்வழி தாத்தா பாட்டி வீட்டில் வளர்ந்ததிலிருந்து உயர்கல்வி வரை ஓஷோவின் வாழ்க்கையில் நிகழ்ந்த ருசிகர நிகழ்ச்சிகளை சுவாரஸ்யமாகச் சித்தரிக்கிறது. குறிப்பாக ஓஷோவின் தாத்தாவும் பாட்டியும் கொண்டிருந்த அன்யோன்யமும் வாழ்க்கை நோக்கும் தனிமனித தேர்வுகளில் தலையிடாத பண்பும் எனக்குப் பெரும் திறப்பாக இருந்தது. தன் ஆரம்பப் பள்ளி வாழ்க்கை தொட்டே ஓஷோ எப்போதும் அமைப்புக்கு மீறியே நின்றதும், அமைப்புகளும் அதன் விதிகளும் நம் சிந்தனைகளையும் சுதந்திர செயல்பாடுகளையும் எவ்வாறெல்லாம் கட்டுப்படுத்துகின்றன என்பதையும் புரிந்துகொள்ள முடிந்தது. இளமையிலேயே உயர் ரசனைகளை வளர்த்துக்கொண்டு அனுபவங்களைப் பெருக்கிக்கொள்ள வேண்டும் எனும் உத்வேகத்தை அந்நூல் எனக்களித்தது.

பாடத்திட்டம் என்பது எதைப்பற்றியும் மிக எளிய சிறிய ஒரு அறிமுகத்தை மட்டுமே வழங்கமுடியும் ஆர்வத்தினால் மேலதிகமாகத் தேடி தீவிரமாக வாசித்து சிந்திப்பவனே அத்துறையில் அறிஞனாக முடியும் என்பதை இளமைக்கால நினைவுகள் வாசித்த காலம் தொட்டு இன்று வரை முயன்று வருகிறேன். நான் ஓஷோவை பின்பற்றுகிறவன் இல்லை எனினும் இந்நூல் என்றும் என் மனதிற்கினியது.

3. புயலிலே ஒரு தோணி

நாவல் எனும் கலைவடிவம் பற்றி இலக்கிய வாசகர்கள் ஒவ்வொருவருக்கும் ஒவ்வொரு வரையறையும் எதிர்பார்ப்பும் இருக்கலாம். உள்ளடக்கம் சார்ந்தும், கூறுமுறை சார்ந்தும், வடிவம் சார்ந்தும் நாவல்கள் தன்னளவில் தொடர்

உருமாற்றங்களைக் கொண்டுள்ளன என்றாலும் கூட நாவல் எனும் கலைச்சாதனத்தின் முதன்மையான சாத்தியம் என்பது பலகுரல் தன்மையுடன் ஒட்டுமொத்த வாழ்வைத் தொகுத்துக் காட்டி வாசகன் தனக்கான பார்வையையும் வாழ்க்கை நோக்கையும் உருவாக்கிக்கொள்ளச் செய்வதுதான். அந்தவகையில் தமிழின் மகத்தான இரு நாவல்களை உருவாக்கியவர் என்று ப.சிங்காரத்தைச் சொல்லலாம்.

பினாங்கு பகுதிகளில் வட்டித் தொழில் செய்துவந்த செட்டியார்களின் வாழ்க்கைப் பின்புலத்தில் உலகப்போரின் கொந்தளிப்பான நாட்களைச் சித்தரிக்கும் புயலிலே ஒரு தோணி தன் தனித்துவமான கூறுமுறையாலும் நுட்பமான சித்தரிப்பினாலும் கவித்துவத்தாலும் கூரிய அங்கதத்தாலும் தமிழின் முதன்மையான நாவல்களுள் ஒன்றாக நிலைப்பெற்றிருக்கிறது. கலைவிமர்சகர் சி.மோகன் சொல்வது போல சிங்காரத்தின் நாவல்கள் கடவுளின் சிரிப்பால் உருவானவை.

4. வியத்தலும் இலமே - அ. முத்துலிங்கம்

தமிழின் மிக சுவாரஸ்யமான எழுத்தாளர் அ. முத்துலிங்கம். கனடாவிலே வாழ்கின்றார். இலங்கையைச் சேர்ந்தவர். உலகளாவிய பின்புலத்தில் சிறுகதைகள் நாவல்கள் என தீவிரமாக இயங்கி வரும் படைப்பாளி. இவர் சமகாலத்தின் முக்கியமான எழுத்தாளர்களைப் பேட்டி கண்டு எழுதிய புத்தகம் வியத்தலும் இலமே.

இந்நூலில் உலகின் புகழ்மிக்க எழுத்தாளர்களான கனடிய எழுத்தாளர் டேவிட் செடாரிஸ், புக்கர் விருது வென்ற அலிஸ் மன்றோ, டேவிட் பெஸ்மாகிஸ், மார்கரெட் அட்வூட், ஆங்கிலோ இந்திய எழுத்தாளர் அகில் சர்மா, ஆப்பிரிக்க எழுத்தாளர் சினுவா ஆச்சிபி உள்ளிட்ட பலரை சந்தித்து அவர்கள் எழுதும் முறை, எழுதும் கலை குறித்த அவர்களின் நம்பிக்கைகள், கடைப்பிடிக்கும் தொழில்நுட்பங்கள் என பலவற்றையும் பதிவு செய்கிறார்.

இளமைக்காலம் தொட்டே எழுதுவது என் கனவாக இருந்து வந்தது. ஒரு பைபிளைப் போல நான் இந்நூலினை அடிக்கடி

எடுத்து வாசிப்பதுண்டு. எவ்வளவு பெரிய எழுத்தாளனுக்கும் சிருஷ்டிகரத்தின் ஊற்றென்பது என்பது இன்னமும் பிடிபடாத ரகசியம்தான்.

5. திருடன் மணியன்பிள்ளை
- ஜி.ஆர். இந்துகோபன் - குளச்சல் மு. யூசுப்

கேரளத்தின் புகழ்மிக்க திருடர்களின் ஒருவன் மணியன்பிள்ளை. வீட்டில் கன்னம் வைத்தோ கம்பி வளைத்தோ நுழைந்து திருடுவதில் நிபுணர். திருடி ஈட்டிய பொருளைக் கொண்டு தொழில்களைச் செய்து பெரும்பணக்காரராக உயர்ந்து தேர்தலில் போட்டியிட்டு மந்திரியாகும் தருணத்தில் கைது செய்யப்பட்டு எங்கிருந்து துவங்கினாரோ அதே புள்ளிக்கு அனைத்தையும் இழந்து திரும்பும் சித்திரம் இந்நூல். மணியன்பிள்ளையின் இளமைக்காலம், அன்றைய கேரளத்தின் சாதிப்பின்னல், உறவுகளின் சதிகள், சிறை வாழ்க்கை, சிறையில் சந்திக்கும் விசித்திர குற்றவாளிகளின் உறவு, திருடும் கலை, திருடர்களுக்கும் காவல்துறைக்குமான உறவு, திருடர்களுக்கும் சமூகத்தின் பெரும்புள்ளிகளுக்குமான உறவு, பெண்களின் பரிதாப வாழ்க்கை, பணம் என்பதன் இயல்பு என பலமுனைகளில் பல்கிப்பெருகும் உணர்ச்சிகரமான வாழ்க்கைச் சித்திரம் இந்நூல்.

மணியன் பிள்ளையின் இயல்பான நக்கலும் கூர்மையான அவதானிப்பையும் மலையாள இதழாளரான ஜி.ஆர். இந்துகோபன் கச்சிதமாக நூல்வடிவம் தந்துள்ளார். தமிழில் குளச்சல் மு.யூஸுப்பின் மொழிபெயர்ப்பில் அழியாத காவியமாக இந்நூல் உருவாகியுள்ளது. பணம், உறவின் ஆடல், வாழ்வில் நிலையாமையைப் புரிந்துகொள்ள மிகச்சிறந்த நூல் இது.

நேயர்களே, இது ஒரு பட்டியல் அல்ல. பரிந்துரையும் அல்ல. இருபது நிமிட எல்லைக்குள் சொல்ல சாத்தியமானவை. முதன்மையான ஆளுமைகளின் பரிந்துரைப் பட்டியல்கள் இணையத்தில் ஏராளமாகக் கிடைக்கின்றன. அவற்றை முற்றாக வாசித்து ஒரு பட்டியலைத் தயாரித்துக் கொண்டு வாசிக்கலாம். உங்களது ஆர்வம் செல்லும் துறையின் குறிப்பிடத்தகுந்த நூல்களையும் வாசிக்கலாம். இலக்கற்ற வாசிப்பு ஒரு

சுயமோசடி. அதிக பலனளிக்காதது. தீர்க்கமான சிந்தனைகளை உருவாக்கிக்கொள்ள உதவாதது. கண்டதும் வாசிக்க பண்டிதன் ஆவான் என உளறிக்கொண்டு எதைப்பற்றியும் நுட்பமான அவதானிப்புகளையோ கூர்மையான கருத்துக்களையோ உருவாக்கிக்கொள்ள முடியாத ஏராளமான சக்கை அறிவு ஜீவிகள் நம் சூழலில் உண்டு. அவர்களிடம் சிக்கிக்கொள்ளாமல் இருக்க உங்கள் முன்னோர்கள் புண்ணியம் செய்திருக்க வேண்டும். நன்றி வணக்கம்.

மொக்கை

(கோவையில் கல்லூரி மாணவர்களிடம் ஆற்றிய உரை)

அரங்கில் குழுமியிருக்கும் கல்லூரி மாணவர்கள் அனைவருக்கும் வணக்கம்.

மொக்கை எனும் தூய தமிழ்ச்சொல்லுக்கு கூர்மையற்ற எனும் பொருளைக் காட்டுகிறது தமிழகராதி. மொக்கு அல்லது மொன்னை எனும் சொல்லிலிருந்து மொக்கை எனும் தமிழ்ச் சொல் உருவாகியிருக்கலாம். வடிவேலு மொக்கச்சாமியாக அரிதாரம் ஏற்றதன் வழியாக இந்தச் சொல் தமிழர்களால் மீள்கண்டுபிடிப்பு செய்யப்பட்டிருக்கும் என்று யூகிக்கிறேன்.

மொக்கை ஃபிகர், மொக்கை படம், மொக்கை ஜோக், மொக்கை சாப்பாடு என்று கல்லூரி மாணவர்கள் அன்றாடம் பலதடவை இந்தச் சொல்லை உபயோகிக்கிறார்கள். அவர்களின் உலகில் வாத்யார் மொக்கை, வகுப்புகள் மொக்கை, நூலகம் மொக்கை, புத்தகங்கள் மொக்கை, பேச்சாளன் மொக்கை, அரசியல் மொக்கை. காணும் யாவையும் மொக்கையென விளிக்கும் உங்களின் கூர்மைதான் என்ன என்பதை அறியும் பொருட்டே இந்த அரங்கில் பல வினாக்களை எழுப்பினேன்.

திராவிடம், இட ஒதுக்கீடு, ஹைட்ரோ கார்பன், கீழடி, போக்ஸோ, ஆர்ட்டிக்கிள் 370, தேசிய கல்விக்கொள்கை, ஆர்ட்டிபிஷியல் இண்டலிஜென்ஸ், நீர் மேலாண்மை, ஆவாஸ் போஜனா, ஸ்மார்ட் சிட்டி திட்டம், பொருளாதார நெருக்கடி என இந்த அரங்கில் கேட்கப்பட்ட எந்த ஒரு கேள்விக்கும் உங்களிடம் பதிலில்லை. தவறாக சொல்லும் பதிலைக் கூட கொண்டு கூட்டி ஒரு கோர்வையாக சொல்லத் தெரியவில்லை. தமிழ்சினிமாவைப் பற்றிய அனைத்து கேள்விகளுக்கும் மாய்ந்து பாய்ந்து பதில் சொல்கிறீர்கள். ஆனால், உங்கள் அன்றாட வாழ்க்கையுடன் தொடர்புடைய எந்தவொரு சமகாலவிஷயத்திலும் உங்களுக்குப் பிடிமானம் ஏதுமில்லை.

ஐநூறு ரூபாய்க்கு வரைவோலை எடுத்து வா என வங்கிக்கு அனுப்பி வைத்தால், இங்குள்ள பலர் திரும்ப வராமலேயே போய்விட வாய்ப்புள்ளது. ஐந்து செல்லான்களை எழுதி கிழிக்காமல் நம்மால் பஸ் பாஸ் எடுக்க முடியவில்லை. ஆதார் அட்டையில் ஸ்பெல்லிங் மிஸ்டேக் திருத்த வழியுண்டா என பூங்கா ஜோசியனிடம் விசாரிக்கிறோம். எங்கும் எதிலும் திகைப்பும் தெளிவின்மையும்.

உங்களுடைய சிகையலங்காரம் டிரெண்டியாக இருக்கிறது. உடைகள் டிரெண்டியாக இருக்கிறது. நீங்கள் பயன்படுத்தும் ஸ்மார்ட் போன்கள், ஈருளிகள் டிரெண்டியாக இருக்கின்றன. ஆனால், அறிவு விஷயத்தில் நீங்கள் டிரெண்டியாக இல்லை. *AI, IoT, Block Chain, Big Data, Disruptive Management, Bit Coin, Augmented Reality and Virtual Reality* என அன்றாடம் மாறிவரும் எந்தத்துறைசார்ந்த தொழில்நுட்ப மாற்றங்களைப் பற்றியும் உங்களுக்குப் பேச ஒருவரி கைவசம் இல்லை. படுமொக்கை, மொக்கை, சுமார், சூப்பர் என நான்கு தரப்பிரிவுகளாக உங்களைப் பிரித்தால் படுமொக்கை எனும் பிரிவின் கீழ்தான் வருவீர்களென நீங்களே ஒப்புக்கொள்வீர்கள்.

ஏன் வாசிக்க வேண்டும் என்கிற கேள்விக்கு என்னுடைய நேரடி பதில் கூமுட்டையாக இல்லாமல் இருப்பதற்கு. ஒரு மொக்கைப் பீஸாகவே வாழ்ந்து முடிந்து போகாமல் இருப்பதற்கு. 'ஒரு எழவும் தெரியாது... வந்துட்டான்யா முடியை சிலுப்பிக்கிட்டு...' என

அவமானப்பட்டு கூசி நிற்காமல் இருப்பதற்கு. கலை சுரணை, பண்பாட்டுச் சுரணை, அரசியல் சுரணை, சூழியல் சுரணை என எதுவுமே இல்லாமல் வெறும் வாட்ஸாப் பைத்தியங்களாக உலவாமால் இருப்பதற்கு, ஆயுளையே அவிர்பாகமாக கேட்கும் கார்ப்பரேட் நெருக்கடிகளுக்குள் எவனோ ஒருவன் சிபாரிசில் உள்நுழைந்து எங்கள் தாலியறுக்காமல் இருப்பதற்கு.

நண்பர்களே, தமிழ் மேடைகளில் தவறாமல் நிகழும் கீழ்மைகளுள் ஒன்று பேச்சாளர்கள் பார்வையாளர்களை, பேச வந்த ஊரை, கல்லூரியை வானளாவ புகழ்வது. அமர்ந்திருப்போர் விழிகளில் ஒளிர்விடும் பாரதம் தெரிவதாக அளந்து விடுவது. அற்ப கைதட்டுதலுக்காக அல்லது அடுத்தமுறை கூப்பிட வேண்டுமென்பதற்காக மிகையான புகழ்மொழிகளை முன்வைப்பது. இவ்வகை தொழில்முறை பேச்சாளர்கள் பணத்தையும் பெற்றுக்கொண்டு அறத்தையும் மீறுகிறார்கள். உங்கள் ஆன்மாவை நோக்கி எவ்வித தயக்கமும் இன்றி நான் கேட்கும் தர்மசங்கடம் மூட்டும் வினாக்களால் நீங்கள் சீண்டப்பட்டால் நான் மகிழ்வேன். அரங்கை விட்டு வெளியேறும்போது தாக்கப்பட்டால் புளகாங்கிதம் அடைவேன்.

வாசிக்கும் இளைஞன் வழிகாட்டும் தலைவன் என்பேன் நான். நீங்கள் இண்டலெக்சுவலி ஃபிட்டாக இருந்தால் வகுப்பிலும் வீட்டிலும் நாட்டிலும் மதிப்பிற்குரிய நபராவீர்கள். ஒரு சமகாலப்பிரச்சனையைப் பற்றி உங்களது கருத்துகளை சொல்லுங்கள் என வகுப்பில் ஆசிரியர் உங்களைப் பேச பணித்தால் அது எவ்வளவு பெரிய கவுரவம்? முக்கிய முடிவுகளை எடுப்பதற்கு முன் உங்கள் தந்தை உங்களைக் கலந்தாலோசித்தால் எவ்வளவு பெரிய ஆனந்தம்? உங்கள் நண்பர்கள் வட்டத்திலேயே விஷய ஞானமுள்ளவர் என அறியப்பட்டால் எவ்வளவு பெரிய மரியாதை? உங்கள் அண்ணன் தங்கைக்கு மச்சானுக்கு முறைப்பையனுக்கு வாழ்க்கையில் ஒரு முக்கிய முடிவெடுக்க சிந்தனைத் தெளிவுடன் வழிகாட்ட முடியும் என்பது எவ்வளவு பெரிய முக்கியத்துவம்? கையில் புத்தகத்தையோ நாளிதழையோ வைத்திருக்கும் ஒருவனை காவல்துறை 'யோவ்..' என விளிப்பதில்லை. வாசிக்கும் பழக்கம் உள்ளவன் எந்த சபையிலும் தன் தலையை

தொங்கவிட்டு அமர்ந்திருக்க வேண்டியதில்லை. இரண்டாயிரம் பேர் கூடியுள்ள சபைமுன் நின்று 'கூமுட்டைகளே' என்று நான் உங்களைக் கூவி அழைக்கும் அதிகாரத்தையும் துணிச்சலையும் எனக்கு எது தந்திருக்கிறது என்று நீங்கள் யோசித்துப்பாருங்கள்.

ஒத்துக்கொள்கிறேன். உங்கள் கையில் வைத்திருக்கும் டிவைஸ் அளவிற்கு நாளிதழ்கள் சுவாரஸ்யமானவை அல்ல. உங்கள் டைம்லைனின் வண்ணமிகு இனிய ஆச்சரியங்கள், உடனுக்குடன் வந்து குவியும் உங்கள் அபிமானஸ்தர்களின் வாழ்க்கைத் தருணங்கள், வேடிக்கை மீம்ஸ்கள், ஆச்சர்யமூட்டும் வீடியோக்கள், சிரிப்பாணி மூட்டும் டிக்டாக்குகள் இவை எதற்கும் முன் நாளிதழ்கள் போட்டியிட்டு குதுகலப்படுத்த முடியவே முடியாது. தொழில்நுட்பத்தின் பகாசுர கரங்கள் உலகின் உச்ச இன்பங்களை உங்கள் கண் முன்னே கொட்டி ஆட்டுதி அமுதே என கொஞ்சுகிறது. தொழில்நுட்பத்துடன் போட்டியிட்டு வெல்லும் ஆற்றல் இந்த உலகில் எதற்கும் இல்லை. இன்ஸ்டாகிராம், ஃபேஸ்புக் தவிர்த்து வாசிப்புக்குத் திரும்புங்கள் என்று கூச்சலிடுவது அர்த்தமற்றது. டைம்லைன் மூளைக்கு ஏற்றும் டோபோமைனுக்கு அடிமையாகதவர் என்று எவரும் இன்று புவியில் இருக்க முடியாது. ஆனால், நான் உங்களிடம் சொல்லிக்கொள்ள விழைவது ஒன்றேதான் 'உப்புமா, கிச்சடியை விட நிச்சயம் பீட்ஸா சுவையானதுதான். ஆனால் மூன்று வேளையும் பீட்ஸாவை மட்டுமே உண்டால் சீக்கிரத்தில் செத்துப் போய்விடுவோம். யங்கிஸ்தான் செல்லங்களாக நீங்கள் இருபத்துநாலு மணிநேரமும் இன்ஸ்டாவில் திளைப்பதும் ஜாயிண்ட் அடித்துவிட்டு சத்தமில்லாமல் இளித்துக்கொண்டிருப்பதும் ஒன்றேதான். வழி வேறாயினும் விளைவுகள் ஒன்றேதான். அச்சமூட்டுகிற வகையில் அறியாமை இருளுக்குள் இருப்பதற்குப் பதிலாக நாளொன்றுக்கு இருபது நிமிடங்கள் நாளிதழ்களை வாசிக்கலாம்.

இன்னும் தங்கள் ஆன்மாவை விற்றுவிடாத தரமான நாளிதழ்கள் என்ன செய்கின்றன? அவை நிர்வாக அமைப்புகளை, அதிகாரமையங்களை, நிறுவனங்களை, தொழிற்சாலைகளை, வங்கிகளை, கல்விக்கூடங்களை, ஆன்மிக அமைப்புகளை, சி.ஈ.ஓக்களை, சி.ஒ.ஓக்களை, இயற்கை வளங்களை இன்னும்

ஏராளமானவற்றை கண்ணுக்குத் தெரியாத கண்களாக கண்காணிக்கிறது. அதன் வழியாக மக்களைப் பாதுகாக்கிறது. வெளியே தெரிந்தால் பத்திரிகைகள் குடைந்தெடுத்து விடுவார்கள். அவமானம், மானம் போய்விடும், தண்டனை பெறுவோம் என்கிற அச்ச உணர்வு இன்றும் எஞ்சியிருக்கிறது. என்ன நடந்தது? என்ன நடக்கிறது? யார் முடிவெடுக்கிறார்கள்? யார் பலனடைகிறார்கள் என்பதை மக்களுக்குச் சொல்கிறது. எச்சரிக்கிறது. ஜனநாயகம், நீதி, பொது ஒழுங்கு, நிர்வாகம் போன்றவற்றை மட்டுறுத்தும் விசைகளுள் ஒன்றாக இருக்கிறது.

லட்சோப லட்சம் மாணவர்கள் பத்திரிகைகளைப் புறக்கணிப்பதன் வழியாக ஒருவகையில் ஜனநாயகத்தின் குரல்வளையை மிதிக்கிறார்கள் என்பேன். தன்னைச் சுற்றி நிகழும் எந்தவொன்றைப் பற்றியும் ஒரு எழவும் தெரியாத கூமுட்டைகளாக இந்தச் சமூகத்தை மேலும் பாதுகாப்பற்ற வாழ லாயக்கற்ற ஒன்றாக மாற்றுகிறார்கள். தன்னுடைய உரிமைகளை, தனக்கான சலுகைகளை, வாய்ப்புகளைப் பற்றிய அறிவில்லாதவர்களாகவும், தன் மீது நிகழும் சுரண்டலைப் பற்றிய தெளிவில்லாதவர்களுமாக இருக்கிறார்கள். தன்னை ஒரு ஆளுமையாக முன் வைக்காமல் ஆயிரக்கணக்கான ஆடுகளடங்கிய மந்தையில் நாயின் ஊளைக்கும் நரியின் ஊளைக்கும் வித்தியாசம் தெரியாமல் அஞ்சி நடுங்குபவர்களாக உள்ளனர்.

உலகிலேயே மிக அதிகம் வாசிக்கும் பழக்கம் உள்ள நாடு இந்தியா. சராசரி இந்தியர்கள் ஒரு வாரத்திற்கு பத்து மணி, 42 நிமிடங்கள் வாசிக்கிறார்கள். எந்த வளர்ந்த நாடும் இந்தப் பட்டியலில் நம்மை மிஞ்சி இல்லை என்பது பெருமிதம்தான். ஆனால், பள்ளி மாணவர்கள் பாடப்புத்தகங்கள் தாண்டி எதையேனும் வாசிக்கிறார்களா என நிகழ்த்திய ஆய்வில் வெறும் 30% மாணவர்கள்தான் என்று தெரியவந்தது. கல்லூரி அளவில் என்று சோதித்துப்பார்த்தால் 1% கூட இல்லை. இரண்டாயிரம் பேர் அமர்ந்திருக்கும் அரங்கில் கடந்த ஆறு மாதத்தில் ஏதேனும் ஒரு நூலைப்படித்தவர்கள் என இரண்டே பேர்கள்தான். ஹாரிபாட்டர். ஜேகே ரௌலிங்கின் புகழ் ஓங்குவதாகுக.

சுகாதாரத்துறை அமைச்சர் அரசுத்திட்டங்களைப் பற்றி கேள்வி கேட்டால் பிரின்ஸிபால் முதல் செவிலியர் மாணவிகள் வரை ஒருவருக்கும் ஒன்றாகிலும் தெரியவில்லை. நட்சத்திர ஹோட்டலில் வேலை வாங்கித்தருகிறேன் என இணையத்தில் பொய் சொல்பவனிடம் ஆறுநூறு பெண்கள் நிர்வாண வீடியோக்களை அனுப்பி வைக்கிறார்கள். ஓங்கிய வாளுடன் ஓடும் பேருந்தில் தீப்பொறி பறக்க விட்டு காவல்நிலையத்தில் வழுக்கி விழுகிறார்கள். ஓரொரு இந்தியனும் பூஜிக்கவேண்டிய பாபாசாகேப் அம்பேத்கரின் சிலையை நடுசாலையில் காலால் நசுக்கி உடைக்கிறார்கள். தஞ்சாவூர் அரண்மனை ஓவியங்களில் சிந்துஜா சீக்கிரம் வா என கிறுக்கி வைக்கிறார்கள். லட்சம் ஆண்டுகள் பழமை கொண்ட பிம்பேத்கா குகை ஓவியங்களை பைக் சாவியால் கீறிப்பார்க்கிறார்கள். ஆளரவமற்ற சமணப்பள்ளிகளில் சபையில் பேச முடியாதவற்றை செய்கிறார்கள். மலைமுகடுகளில் ஏறி நின்று மனம் பொங்க சூரியோதயம் பார்க்கும் ஆன்மிக தருணத்தில் கூச்சலிடுகிறார்கள். அருவிக்கரைகளை பீர் பாட்டில்களால் அலங்கரிக்கிறார்கள். எங்கெங்கு காணினும் சூரைமொக்கை இளைஞர் குழாம். ஓங்கரிக்க வைக்கும் ஈனத்தனங்கள்.

கொஞ்சமேனும் வாசிக்கிற வழக்கமுள்ள ஒரெயொருவன் இந்த அவையில் இருந்தால் கூட எழுந்து நின்று என்னோடு சமர் செய்வான். அடுத்த முறையேனும் அப்படி ஒருவனை சந்திக்க விழைகிறேன். நன்றி வணக்கம்.

மறவோம்

(04-08-2018 அன்று விஜயா பதிப்பகம் நடத்திய வாசகர் திருவிழாவில் ஆற்றிய உரையின் சுருக்கமான வடிவம்)

நண்பர்களே,

லண்டனில் வசிக்கும் சிவா கிருஷ்ணமூர்த்தி எனும் இளம் எழுத்தாளர் ஒரு சிறுகதை எழுதியுள்ளார். மறவோம் என்பது தலைப்பு. பகுதி நேரமாக பீட்ஸா டெலிவரி செய்யும் இந்திய மாணவனும் உலகப் போர்க்கால கவிதைகள் கடிதங்கள் மீது ஆர்வம் கொண்ட முதியவரும் உரையாடும் ஒரு சிறந்த கதை. முதன் முதலில் பெரியவரின் வீட்டுக்கு பீட்ஸா டெலிவரி செய்யவரும் இளைஞன் சுவரில் எழுதப்பட்டிருக்கும் புகழ்மிக்க போர்க்கவிதையொன்றின் சில வரிகளை வாசிக்கிறான் "அவர்களுக்கு என்றும் வயதாவதில்லை. எஞ்சி/மிஞ்சிய நமக்குத்தான் வயதாகப் போகிறது" என்கிற லாரண்ஸ் பினாயின் (*For the fallen*) வரிகள். 'அடடே கவிதைகள் வாசிக்கிற தம்பியா நீ' என வியந்து பாராட்டுகிறார் அந்தப் பெரியவர். அவர்களுக்குள் நட்பும் கவிதை சார்ந்த உரையாடலும் உருவாகிறது. சுற்றிலும் கொத்து கொத்தாக மரணங்கள்,

உடல் உறுப்புகளை இழந்து படிப்படியாக உயிரிழந்து கொண்டிருக்கும் ஆத்மாக்களின் கதறல்கள், கொடிய பருவநிலை, வீடு திரும்புதலின் சாத்தியங்களே தட்டுப்படாத திகைப்பு, நாற்புறமும் பசியும் நோய்களும் – இப்படியான சூழலில் எப்படி கவிதைகள் எழுதுகிற மனநிலை வாய்த்தது? இயற்கையைப் பற்றிய துல்லிய அவதானங்கள் சாத்தியமானது எப்படி? போன்ற கேள்விகள் இளைஞனுக்குள் எழுகின்றன. இதற்கு மேல் சொன்னால் ஸ்பாயிலர். சொல்வனத்தில் கதையை வாசித்துக்கொள்ளலாம்.

'அடடே கவிதைகள் வாசிக்கிற தம்பியா நீ' எனும் வரிகளை வாசிக்கையில் நான் அடைந்த உளக்கிளர்ச்சிக்கும் மகிழ்ச்சிக்கும் அளவேயில்லை. அந்தப் பெரியவர் எனைப் பார்த்து கேட்டதைப் போலவே நான் உணர்ந்தேன். 16 லட்சம் பேர் வாழ்கிற கோவையில் கவிதைகள் வாசிக்கிற தம்பிகள் என ஒரு ஐம்பது பேரைத்தான் திரட்டமுடியும். தமிழகம் என்று விரித்துக்கொண்டால் ஒரு ஆயிரம் கவிதைகள் வாசிக்கிற தம்பிகள். அந்தத் தம்பிகளுள் ஒருவராக என் பிரியத்திற்குரிய சில கவிதைகளை, அதன் அனுபவங்களை, என் தடுமாற்றங்களை உங்களோடு பகிர்ந்துகொள்கிறேன்.

இந்த மேடையில் இளமையில் என்னை ஆகர்சித்த பெரும் படைப்பாளி சோ.தர்மன் இருக்கிறார். என் தந்தை சொல்வார் 'டேய் நாம திடீர்னு செத்துப் போயிட்டா பிரேதப் பரிசோதனையில் குடலில் கொஞ்சம் கந்தகமும் பொட்டாசியம் குளோரைட்டும் இருந்திச்சுன்னு ரிப்போர்ட்ல வந்தாதான் நாம ஒழைச்சிருக்கோம்னு அர்த்தம்' என்பார். தீப்பெட்டியை தின்று தின்று தீயெரிந்த வாழ்வு எங்களுடையது. கால் நூற்றாண்டுகளாக கோவில்பட்டியின் கருமருந்தை தின்று வாழும் தீப்பெட்டித் தொழிலாளர்களையும், கரிசல் கீதாரிகளையும் நரிக்குறவர்களையும் எழுத்தில் சித்தரித்தவர். கொஞ்சம் விட்டால் எழுத்தாளர்களின் மடியேறி கன்னச் சதையை கிள்ளிப்பார்க்கும் இயல்புள்ளவன் நான். சோ. தர்மனிடம் மட்டும் விதிவிலக்கு. காரணம் அந்த மீசை. அவரை வணங்குகிறேன்.

இக்கால வாசகன் சில எழுத்தாளர்களை மட்டும்தான் ஒரெழுத்து விடாமல் படித்து விட சாத்தியம். அப்படி நான் வாசிக்கிற எழுத்தாளர்களுள் ஒருவர் சு.வேணுகோபால் இந்த அவையில் இருக்கிறார். அவரை வணங்குகிறேன்.

2004-ஆம் ஆண்டு ஆகஸ்டு மாதம் என் சிற்றூரை விட்டு இந்த தருமமிகு கோவைக்கு ஓடிவந்தேன். என் கையில் மிச்சம் இருந்த இருபது ரூபாயில் இரண்டு புத்தகங்கள் விஜயா பதிப்பகத்தில் வாங்கினேன். ஒன்று கோவை டைரி. இன்னொன்று வண்ணதாசன் எழுதிய சிறுகதைகளின் தொகுப்பு சமவெளி. தமிழின் அழியாச்சுடர்களில் ஒன்றான நிலை எனும் கதையுள்ள தொகுப்பு. இரண்டு புத்தகங்களுமே என் வாழ்வை தீர்மானித்தன. பதினைந்தாண்டுகளாக என் அறிவுப்பசி போக்கும் விஜயா பதிப்பகத்தின் உரிமையாளர் வேலாயுதம் அவர்களை வணங்குகிறேன்.

நண்பர்களே, கவிதை ரசனை மிகுந்த அந்தரங்கமானது. அவற்றைத் தெரிந்துகொள்வதன் மூலம் ஒருவனின் ஆளுமையையும் மனம் செயல்படும் விதத்தையும் கூட யூகித்துக்கொள்ள முடியுமென நான் நினைக்கிறேன். வாசிக்கையில் கவிதைகள் உருவாக்கும் அந்தரவெளியும், அக்கணத்து தன்னழிவும், அகத்தில் நிகழும் உணர்வு மாற்றங்களும் தொடர்ந்து கவிதைகள் மீது பெருவியப்பை உருவாக்கிக்கொண்டே இருக்கின்றன. உண்மையில் கவிதைகள் நத்தையின் உணர்கொம்புடன் அணுகுபவர்களுக்கானது. அந்தோ பரிதாபம் நான் காண்டாமிருகத்தின் தோல் கொண்ட வணிகன். திரிந்த பாலிலும் பயன்மதிப்பு துளாவும் தன்மையுடையவன். என் போன்ற ஒருவனையும் கவிதை ஏதோ செய்கிறதென்பதே ஈராயிரம் ஆண்டுகளாய் நிகழும் சாகஸம்.

தீபாவளி போனஸை சிட்டைக்கு விடும் கெட்டிக்காரர்கள் கூட கவிதைகளைப் பற்றி பேசுகையில் பூடகமான மொழிக்குத் தாவிவிடுவதை கவனித்திருக்கிறேன். ஜிப்பரீஸில் கவிதைகள் எழுதப்படாதபோது கவிப்ராயங்கள் மட்டும் ஏன் மாயமொழியில் நிகழ்கின்றன எனும் கேள்வி இடக்கானதல்ல. ஜீவாத்மாக்கள் உவமை, உருவகம், படிமம், இமேஜ் போன்ற திட்டவட்டமாக

வரையறுக்கப்பட்ட சொற்களையே கவிதை உரையாடல்களில் பயன்படுத்த வேண்டும் எனும் கட்சியை சேர்ந்தவன் நான்.

தனிப்பட்ட முறையில் கவிதைகளை சங்ககால கவிதை, மரபுக்கவிதை, புதுக்கவிதை, நவீன கவிதை, பின்நவீனத்துவ கவிதை, மொழிபெயர்ப்பு கவிதை, பெண்ணிய கவிதை என்றெல்லாம் பிரித்துப் பார்ப்பதில்லை. வாசிக்கையில் என்னை ஏதோ செய்கிற, நான் வளர்கையில் கூடவே வளர்கிற, வாழ்வின் உச்ச தருணங்களில் நினைவில் வந்து குதிக்கின்ற கவிதைகளைத் தேடி தேடி சேகரித்து என் பிரிய கவிதைகளாகக் கோர்த்துவைத்துக்கொள்ளும் வழக்கமுடையவன். ஆகவே இந்த மேடையில் நான் கவிதை என்று உத்தேசிப்பது பிறிதொன்றிலாத தன்மையுடைய, எக்காலத்திற்குமான, மூளையால் எழுதப்படாத, ஆத்மாவின் அந்தரங்க விகசிப்பாக, சொற்களால் எத்தனை விளக்கினாலும் கைநழுவிச் சென்று இன்னொரு கிளையில் அமர்ந்து கொள்ளக்கூடிய கவித்துவம் எனும் அம்சமுடைய கவிதைகளைத்தான். ஆங்காரமான சொற்பெருக்குகளும் கூட அதன் தூய உணர்ச்சிக்காக சமயங்களில் என்னை வாரிக்கொள்வதுண்டு.

பள்ளி நாட்களில் திருநெல்வேலிக்கு அந்தப் பக்கம் ஊரில்லை. பாரதி தவிர வேறு கவிஞரில்லை என்று நிம்மதியாக வாழ்ந்து வந்தேன். திடீரென எங்கோ‘பூமிப்பந்தைப் புரட்டிப்போடும் நெம்புகோல் கவிதையை எழுதப்போவது உங்களில் யார்?’ எனும் சவாலைக் கேட்டேன். எத்தனையோ போட்டிகளில் கலந்துகொண்டிருக்கிறோம். பூமியைப் புரட்டுவதிலும் கலந்துகொள்வோமே என்று நான் புதுக்கவிதைக்கும் புகுந்தேன். அப்புறமென்ன.. - கந்தையானாலும் கசக்கிக் கட்டு.. சரிதான் அது காயும்வரை எதைக்கட்டுவது; அவன் ஒரு பட்டுவேட்டி பற்றிய கனாவில் இருந்தபோது கட்டியிருந்த கோவணம் களவாடப்பட்டது; இரவினில் வாங்கினோம் விடியவே இல்லை; ராமருக்கு கோவில் வேண்டும், பாபருக்கு மசூதி வேண்டும், ஜனங்களுக்கு நல்ல கழிப்பறைகள் வேண்டும். சினிமாவை சின்ன தீக்குச்சிக்கு உண்ணக்கொடுப்போம் - புதுக்கவிதைகளின் வழியாக நிகழப்போகும் புரட்சிக்குக் காத்திருந்தேன். ஏய் இளைஞனே, எழுக தேசமே, என்னுயிரே, ஏழைகளே,

என்னவளே, ஏமாந்த சோனகிரியே. அறைகூவல்களின் மதுரநாட்கள்.

ஒரு பதினைந்து வயதிருக்கும்; வனம் புகுதல் என்றொரு தொகுப்பை பற்றிய இந்தியா டுடேயில் சிறுகுறிப்பும் அதிலிருந்து ஒரு கவிதையும் பிரசுரமாகியிருந்தது.

அந்திக்கருக்கலில்
இந்த திசை தவறிய
பெண் பறவை
தன் கூட்டுக்காய்
தன் குஞ்சுக்காய்
அலைமோதிக்கரைகிறது.
எனக்கதன் கூடும் தெரியும்
குஞ்சும் தெரியும்
இருந்தும்
எனக்கதன்
பாஷை புரியவில்லை.

கலாப்ரியா எழுதியது. நவீன கவிதைகளுக்கான என் ஜன்னல் திறந்து கிரணத்தின் முதல் வெளிச்சம் உள்ளே பாய்ந்து விட்டது. ஒரு திட்டவட்டமான கருத்தைச் சொல்வது மட்டுமல்ல கவிதையின் நோக்கம் என்பது புரிந்தது. கவிதை என்பது திறக்கக்கூடிய ஜன்னல் என கானாடுகாத்தான் ஆயிரம் ஜன்னல் வீட்டைச் சுட்டி ஒருமுறை தேவதச்சன் சொன்னதுபோல என் கவிதை வாசிப்பின் ஜன்னல்கள் ஒவ்வொன்றாய் திறக்கத் துவங்கின. இன்று இந்த மேடையில் இளமையில் என்னை ஆரத்தழுவிய வரிகள் ஒவ்வொன்றாய் நினைவில் முட்டி நிற்கின்றன. வாழ்ந்து கெட்டவனின் பரம்பரை வீடு, நினைவில் காடுள்ள மிருகம், சிறகிலிருந்து உதிர்ந்த இறகு, காலில் காட்டைத் தூக்கிக்கொண்டு அலையும் வண்ணத்துப்பூச்சிகள், யாரோ ஒருவனென எப்படிச் சொல்வேன், கல்வெள்ளிக்கொலுசு கற்பனையில் வரைந்த பொற்பாத சித்திரம், எனக்கும் தமிழ்தான் மூச்சு - இதுகாறும் வாசித்த கவிதைகளின் அகவலோசை இல்லை. கூச்சல் இல்லை. பிடதியில் அடித்து கழுத்தைத் திருப்பி கவனிடா நாயே எனும் மிரட்டல் இல்லை. ஒரு

மீச்சிறிய கணத்தை, அசட்டையாக விட்டுவிட சாத்தியமுள்ள உணர்ச்சியை, சாமான்யத்தின் அசாதாரணத்தை நோக்கி பார்வையை திருப்புகிறதே இக்கவிதைகள். இப்படியாக என் வாசிப்புப் பிரவேசம் ஆரம்பமாகியது.

எனக்குப் பிரியப்பட்ட கவிதைகளின் பொதுமையைகளை யோசிக்கும்போது ஜெயமோகனின் தமிழாசான் கூற்று நினைவுக்கு வருகிறது. ஒரு செய்யுளை அசை பிரித்து அதன் கவித்துவ தருணங்களை விளக்கி ஒருவர் பாடம் சொன்னபின்னும் மனனம் செய்ய வேண்டியிருந்தால் அந்த கவிதை பொதுமான அளவிற்கு அனுபவிக்கப்படவில்லையென்று பொருள். நான் மீண்டும் மீண்டும் அனுபவிக்கிற கவிதைகள் வாழ்வின் தருணங்களிலெல்லாம் உடன் வரும் மூலமந்திரமாகி இருப்பதைக் கவனிக்கிறேன். பிரத்யேக கூறுமுறைகள் கொண்ட நவீனத்துவ கவிதைகள் கூட எப்படி மனதிற்குள் புகுந்து சிம்மாசனமிட்டு அமர்ந்திருக்கின்றன என்பதை நினைத்துப்பார்க்கையில் ஆச்சர்யமாக இருக்கிறது. நாம் வளரும்போதெல்லாம் இந்தக் கவிதைகளும் நம்மோடு சேர்ந்து வளர்கின்றன. அந்நேரத்தைய மன நிலைகளுக்கேற்ப புத்துருவம் கொள்கின்றன.

பிறிதொன்றிலாத தன்மை, கூறுமுறையில் கைக்கொள்ளும் சந்தம், வாழ்க்கை நோக்கு, கட்டற்ற வெளிப்பாடு, உள்ளிறைச்சியாக உறையும் ஆன்மீகம், கள்ளமற்ற தன்மை, மிக நுண்ணிய தருணங்களின் சித்தரிப்பு, அபத்தங்களின் மீதான மென்பகடி, மூலமந்திரம் போல வாழ்வு முழுக்க உடன் வரும் சாஸ்வதம் இவையெல்லாம்தான் என்னை கவிதைக்குள் இன்றும் கட்டி வைத்திருக்கும் ஒன்று என நான் கருதுகிறேன்.

நண்பர்களே, சோவியத் வீழ்ச்சிக்குப் பிறகு தமிழ்க்கவிதைகளில் பெரும் மாற்றங்கள் நிகழ்ந்ததாக விமர்சகர்கள் கணிக்கிறார்கள். உலகமயமாக்கலுப்பின் உண்டான லௌகீக நெருக்கடிகள், அமெரிக்க நிர்வாகமுறை அத்தனை துறைகளிலும் நுழைந்த பின் மனிதன் ஒரு கருவியாக கருதப்படுவதால் உண்டாகும் ஆன்மீக நெருக்கடிகள், தொழில்நுட்பம் மனிதரில் உண்டாக்கியிருக்கும் வெறுமை அல்லது இரைச்சல்கள், தனிமை, கழிவிரக்கம்,

பேரினவாதம், ஒற்றைப்பண்பாட்டு முயற்சி இவையெல்லாம் சமகால கவிதைகளில் தொடர்ந்து பிரதிநிதித்துவம் பெற்றுள்ளன.

ஒருமுறை புழல் சிறையை தனது காவல்துறை நண்பர்களோடு பார்வையிட்டார் ஜெயமோகன். சிறைச்சுவரெங்கும் ஏராளமான கிறுக்கல்கள். விதம் விதமான உணர்ச்சிகளின் வெளிப்பாடுகள். ஒரு சுவற்றில் ஓத்தா.. ஓத்தா.. ஓத்தா.. ஓத்தா என வரிசையாக எழுதி கீழே சாகமாட்டேன்டா என்று முடிந்திருந்தது அந்த வாக்கியம். ஏன் இதையெல்லாம் அழிக்காமல் வைத்திருக்கிறீர்கள் என்று ஜெயமோகன் கேட்டபோது 'ஒரு ஆன்மாவின் ஆங்காரம் சார் இது.. இதை எப்படி சார் நாம அழிக்கறது..' என்றாராம் உடனிருந்த நண்பர். சிறையோ, போர்முனையோ, வதை முகாமோ, மரணத் தருவாயோ மனிதர்கள் உள்ளிருந்து ஊற்றும் குரலைப் பதிவு செய்யத் தயங்குவதே இல்லை.

போரில் மாண்டவர்களின் நினைவிடங்கள் இல்லாத நாடில்லை. எந்நாடாயினும் முன்நின்று கல்நின்றவர்களின் கல்லறை வாசகமாக 'மறவோம்' என்றுதான் எழுதப்பட்டிருக்கிறது. இன்றைய வாழ்வின் இரக்கமற்ற தன்மை முதல் உலகப்போரின் காட்சிகளை விடவும் கொடுமையானவை. ஒரு சாம்பார் பொடி பாக்கெட்டுக்காக ஆதிவாசி அடித்துக் கொல்லப்படுகிறான். கோஷமிடுபவர்களின் வாயில் குறிபார்த்து சுடப்படுகிறது. ஒரு சிறுமியை இருபது கிழவர்கள் கூடி கற்பழிக்கிறார்கள். டவுண் பஸ்ஸூக்காகக் காத்திருக்கும் எளிய மனிதர்கள் மீது ஆடிகார் ஏறுகிறது. மானுட இரத்தத்தால் கழிப்பறைகள் கழுவப்படுகின்றன. மறவோமில் வரும் தம்பியைப் போலவே எனக்கும் ஆச்சரியமாகத்தான் இருக்கிறது.. இந்த நிலையிலும் நம் கவிஞர்கள் எழுதுகிறார்களே என்று.. மொழிக்குள் மொழிக்குள் மொழிக்குள் மொழிக்குள் நிகழும் நுண்ணகங்காரச் செயல்பாடாக 'மறவோம்.. மறவோம்.. மறவோம்..' என்றுதான் இசையும், மனுஷ்யபுத்திரனும், கரிகாலனும், யவனிகாவும், வெயிலும், இளங்கோவும், போகனும், பெருந்தேவியும் இன்ன பிற நூற்றுக்கணக்கான பாணர்களும் எழுதி வைக்கிறார்களோ?

நன்றி. வணக்கம்.

5. ஓர் இலக்கிய வாசகனின் ஒப்புதல் வாக்குமூலம்

(11-02-2018 அன்று நெல்லை புத்தகத் திருவிழாவில் ஆற்றிய உரை)

நண்பர்களே,

1997-ஆம் ஆண்டு செப்டம்பர் 13-ஆம் தேதி இந்திய கிரிக்கெட் அணி சகாரா கோப்பை முதலாவது ஆட்டத்தில் பாகிஸ்தானை வீழ்த்தியது. இளம் வேகப்பந்து வீச்சாளராக அணிக்குள் நுழைந்த தேபஷிஸ் மொஹந்தி எனும் ஒரிஸாக்காரருக்கு அது ஒரு மகத்தான நாளாக அமைந்தது. அதிவேக லெக் கட்டர் வீசி பாகிஸ்தானின் சிறந்த ஆட்டக்காரரான சயீத் அன்வரை அவர் க்ளீன் போல்டாக்கினார். மொஹந்தி பந்து வீசும் ஸ்டைலும் திறமையும் கிரிக்கெட் வர்ணனையாளர்களால் பெரிதும் புகழப்பட்டது. அன்றிரவு அவர் மிகுந்த மகிழ்ச்சியுடன் உறங்கச் சென்றிருப்பார். ஆனால், அந்த முழு ஆட்டத்தினையும் விடிய விடிய விழித்திருந்து பார்த்த 15 வயது சிறுவனான எனக்கு அந்த ராத்திரியை இன்று இந்த மேடையில் நினைத்தாலும் உள்ளம் நடுங்குகிறது. அன்று கிரிக்கெட் பார்க்கும் வெறியில் வீட்டை விட்டு வெளியேறினவன் நள்ளிரவுக்கு மேல்தான் வீடு திரும்பினேன். பையனைக் காணோம் என பதறி தெருத்தெருவாக தேடிய என் தாய் என்னை கண்டபடி

திட்டினார். கடைக்குட்டி பயல் மீதுள்ள பாசத்தினால் உருவான பதட்டம் அது. அதைப் புரிந்துகொள்ளாத நான், இந்த உலகில் எந்த மகனும் தன் தாயைக் கேட்க கூடாத ஒரு வார்த்தையைக் கேட்டு விட்டேன். இடிந்து போய் விட்ட என்னுடைய அம்மா இனி உன்னுடன் ஒரு வார்த்தை பேச மாட்டேன், உன் சம்பாத்தியத்தில் ஒரு வாய் சோறு உண்ணப் போவதில்லை என்றாள் கண்ணீருடன். அவள் இருதய நோயாளி. சகாரா தொடரின் ஐந்தாவது ஆட்டம் முடிந்து சௌரவ் கங்குலி தொடர் நாயகன் கோப்பையை உயர்த்திப் பிடித்த நாளில் அவர் பாளையங்கோட்டை அரசு மருத்துவமனையில் துள்ளத் துடிக்க மரித்துப் போனார்.

நண்பர்களே.. ஒரு பதினைந்து வயதுச் சிறுவன் தலை மீது எத்தனைப் பெரிய பாவத்தின் மூட்டை? தாயைக் கொன்றதன் மாபழி. அந்த அகால மரணம் எனது குடும்பத்தைச் சிதறடித்தது. ஏன் இப்படி செய்தாய் என என் குடும்பத்தார் ஒருவரும் என்னிடம் கேட்கவில்லை. அவர்கள் கருணை மிக்கவர்கள். நான் பல மாதங்கள் இருளில் முடங்கிக் கிடந்தேன். செல்ல அம்மாவை இழந்த சோகம், குற்றவுணர்ச்சி, சுயகழிவிரக்கம், கசப்பு. எங்கும் கசப்பு. கிட்டத்தட்ட ஆறு மாதங்களுக்கு மேல் இருளடைந்த வீட்டிற்குள் முடங்கிக் கிடந்தேன். குழி விழுந்த கண்கள், பரட்டைத் தலை, கிழிந்த சட்டை என சற்றேறக்குறைய பைத்திய நிலை. கைக்கு கிடைத்த புத்தகங்களை கசப்புடன் வாசித்துக்கொண்டிருந்தேன். தற்செயலாக வாசித்த வல்லிக்கண்ணன் கதை ஒன்றில் கிருஷ்ணாபுரத்து சிற்பத்தை வியந்து ஒரு வரி இருந்தது. கிருஷ்ணாபுரம் இங்கேதானே இருக்கிறது.. அடைந்து கிடப்பதற்குப் பதில் சும்மா போய் வரலாமே என ஒரு சைக்கிளை எடுத்துக்கொண்டு சுமார் 45 கிலோமீட்டர்கள் மிதித்து கிருஷ்ணாபுரம் ஆலயத்திற்குள் நுழைந்தேன்.

அன்றெல்லாம் அந்த ஆலயம் அத்தனைப் புகழ் மிக்கதில்லை. எப்போதாவது வரும் பார்வையாளர்களிடம் விளக்குக்கு கொஞ்சம் எண்ணெய் வாங்கிக் கொடுத்தால் தேவலை என அர்ச்சகர் கேட்கும் நிலையில் இருந்தது ஆலயம். குறிப்பாக சிற்பங்கள் கம்பி வலைக்குள் சிறையிடப்பட்டிருக்கவில்லை.

கோவிலுக்குள் நுழைந்த நான் ஆச்சர்யத்தில் வாய் பிளந்து விட்டேன். அத்தனை தத்ரூப சிற்பங்கள் அடங்கிய கலைக்கூடத்தை நான் அதற்கு முன் சென்று பார்த்ததே இல்லை. துல்லியமும் உயிர்த்துடிப்பும் கொண்ட பாண்டவ சிற்பங்கள். தூர்தர்ஷனில் பார்த்த பாண்டவர்கள் இல்லை இவர்கள். அர்ச்சுனன் தாடி வைத்திருக்கிறான். கர்ணன் முறுக்கு மீசை வைத்திருக்கிறார். தர்மனுக்கு நல்ல ஜடை இருக்கிறது. கால் நகங்கள், நரம்புகள், சதைச் சுழிகள், நுண்ணிய வேலைப்பாடுள்ள நகைகள், அமுது சுரக்கும் கனத்த முலை கொண்ட விழிதிகழ்அழகிகள், இடையென்ற ஒரு பாகம் இல்லாத நங்கைகள் - வாய் பிளந்தபடி ஒரொரு சிற்பத்தையும் பார்த்தபடியே வந்த நான் இலங்கை இளவரசி சிற்பம் இருந்த தூணின் பின்புறத்தை தற்செயலாகப் பார்த்தேன். குபீரென சிரித்து விட்டேன். ஆறு மாதத்தில் முதல் சிரிப்பு. பிடி கொள்ளாத சிரிப்பு. கருவறைக்குள் இருந்த அர்ச்சகர் பதறி ஓடி வந்து என்னவென்று விசாரித்தார். நான் சிற்பத்தை கைகாட்டி சிரித்தேன். ஒரு கோமாளி சிற்பம் அது. அவன் ஒருவேளை இளவரசியின் விளையாட்டுத் தோழனாகவோ விதுஷகனாகவோ இருக்கலாம். பேழை வயிறு, வளைந்த கால்கள், பார்த்தாலே டேய் மாங்கா மண்டையா என தலையில் ஒரு கொட்டு வைக்கத் தோன்றும் ஒரு முகம், எகனை மொகனையான உடல் வாகு. என்னத்துக்குடே இப்படி கெடந்து சிரிக்குற என்றார் ஐயர். கிழிந்து தொங்கும் என் சட்டைப் பாக்கெட் அவருக்கு சந்தேகத்தை வரவழைத்திருக்கலாம். கெளம்புடே நடையடைக்கணும் என விரட்டினார். நான் அவரைப் பார்த்தேன். அதே தொப்பை, வளைந்த கால்கள், அதே மாங்குடி முகம். இதோ இன்னொரு இலங்கை இளவரசர் என்றேன் அவரைப் பார்த்து. மீண்டும் சிரிப்பு பொங்கியது. அவர் கோபத்தில் அடிக்க கையை ஓங்கினார். ‘அம்மா செத்து 6 மாசம் ஆச்சு சாமி.. இன்னிக்குத்தான் சாமி சிரிக்கறேன்’ என்றேன். அவருக்கு கண்கள் பொங்கியது.. சிரிடே மக்கா.. சிரிடே.. இன்னிக்குப் பூரா கெடந்து சிரிடே... நீ சிரிக்கணும்னுதாண்டே கிருஷ்ணப்ப நாயக்கர் இந்த சிலையை அடிச்சி வச்சிருக்கார் என்றவர் கருவறைக்கு உள்ளே சென்று ஒரு இலையில்

புளியோதரை வைத்து கொடுத்து விட்டு சென்று விட்டார். அன்று எத்தனை மணி நேரம் அந்தச் சிலைகளின் முன் நின்றிருப்பேன் என நினைவில்லை.

நண்பர்களே, அகோரபத்திரரின் ஓங்கிய சிற்பத்தின் முன் நிற்கையில் ஒன்றை உணர்ந்துகொண்டேன் "கலையும் இலக்கியமும் மனிதனின் அன்றாட கவலைகளிலிருந்து, அலுப்பூட்டும் அபத்தத்திலிருந்து அவனைக் கண நேரமேனும் மீட்டு மேன்மையானதொரு உலகில் சஞ்சரிக்க வைக்கிறது". அன்று நான் சபதம் கொண்டேன். இனி ஒருபோதும் எனக்குத் துக்கமில்லை. நான் திரும்பிப் பார்க்கப்போவதில்லை. என் மிச்ச வாழ்வை புத்தகங்களைச் சுற்றியே அமைத்துக்கொள்வேன். புத்தகங்கள் அடித்துச் செல்லும் திசையில்தான் நான் கரை ஒதுங்குவேன் என. அன்று தொட்டு இன்று வரை வாசிக்காத நாளென ஒரு தினம் என் வாழ்க்கையில் இருந்ததில்லை. வாசிக்கிறவர்கள், எழுதுகிறவர்கள், சிந்திக்கிறவர்கள், பேசுகிறவர்கள், கலைஞர்கள் தவிர நண்பர்களென என எவரும் இல்லை. நண்பர்களே, வல்லிக்கண்ணனின் அந்த கதையை வாசித்திராவிட்டால் நான் பைத்தியம் பிடித்துச் செத்திருப்பேன். அந்த வரி இல்லாமல் நான் கிருஷ்ணாபுரத்துக்கு வந்திருக்கவே மாட்டேன். புதுமைப் பித்தனை வாசித்திருக்கா விட்டால் திட்டிவாசல் எனும் சொல்லையே நான் கேள்விப்பட்டிருக்க மாட்டேன். வண்ணதாசனை வாசித்திருக்காவிட்டால் குறுக்குத்துறை ஆற்றில் வெள்ளம் பந்தல் மண்டபத்தைச் சூழ்ந்து ஓடுகையில் அதன் மேற்கூரையில் மீது பதைத்தபடி நிற்கும் ஆட்டுக்குட்டியை நான் மனக்கண்ணில் பார்த்திருக்க முடியாது.

இன்று பல லட்சம் புத்தகங்கள் சூழ நிற்கும் இந்த மேடையின் நின்று நினைத்துப் பார்க்கிறேன். கவிக்குலத்தரசன் தேவதேவன் முன்னிலையில் என் திருமணம் நடந்தது. என் வீட்டைத் திறந்து வைத்து மூத்த மகள் இளவெயினிக்கு ஜெயமோகன் வித்யாரம்பம் செய்தார். இளையவள் இளம்பிறைக்கு நாஞ்சில் நாடன் உடனிருக்க பெயர் சூட்டினோம். தமிழகத்தில் தீவிரமாக வாசிக்கிற ஓரிரு பெண்களில் என் மனைவியும் ஒருவர். தமிழில் எழுதுவதையே தொழிலாக அமைத்துக்கொண்டார்.

இன்று தமிழகத்தில் இலக்கிய கூடுகைக்கு குடும்பத்தோடு செல்கிறவர்களில் பவா. செல்லத்துரை, ஜெயமோகனுக்கு அடுத்த குடும்பம் என்னுடையதுதான் என்று நினைக்கிறேன். தமிழின் சிறந்த நூல்கள் அனைத்தும் என் வீட்டில் உள்ளன. அல்லது மிகச்சிறந்த நூலகத்தில் நான் வசிக்கிறேன். இவற்றை இந்த மேடையில் நின்று பீற்றிக்கொள்ள எனக்கு கூச்சம் ஏதுமில்லை.

நண்பர்களே, இலக்கிய வாசிப்பின் பயன்மதிப்பை பற்றி தொடர்ந்து கேள்விகள் முளைத்துக்கொண்டே இருக்கின்றன. அத்தகைய கேள்விகளை எதிர்கொள்ளும்போதெல்லாம் நான் ஒரு சம்பவத்தை குறிப்பிடுவதுண்டு. ஒரு கல்லூரியில் ஜெயமோகன் உரையாற்றிக்கொண்டிருக்கிறார். திடீரென ஒரு மாணவன் எழுந்து 'சார் சும்மா இலக்கியம் இலக்கியம்னு சொல்றீங்களே.. இலக்கியம் வாழ்க்கைக்குச் சோறு போடுமா?' என கேட்கிறார். சக மாணவர்களிடமிருந்து பலத்த கரகோசம் கிளம்புகிறது. ஓர் அற்புதமான கேள்வியை கேட்டு விட்ட திருப்தியில் கூட்டத்தை பெருமை பொங்க விழி தூக்கிப் பார்க்கிறார் அந்த மாணவர். ஜெயமோகன் ஒரு கணமும் தாமதியாது உறுதியான குரலில் சொன்னார் "இலக்கியம் வாழ்க்கைக்குச் சோறு போடாது; ஆனால் சோற்றால் மட்டுமே நிரம்பி விடாத ஏதோ ஒன்று உனக்குள் இருக்குமாயின் அந்த இடத்தை இலக்கியம் நிரப்பும்" என்று. ஆம் நண்பர்களே, நாம் சோற்றால் அடித்த பிண்டங்கள் அல்ல. ஒரு மோதிர வளையம் அளவிற்கேயான மிகச்சிறிய வாழ்க்கைதான் நமக்கு கையளிக்கப்பட்டிருக்கிறது. அந்த ஒரு வாழ்க்கைக்குள் ஓராயிரம் நிகர்வாழ்க்கை வாழ்ந்த அனுபவத்தை பேரிலக்கியங்கள் நமக்களிக்கின்றன. உக்கிரமான கொந்தளிப்பை சாந்தப்படுத்துகிறது, ஆர்ப்பாட்டமான டாம்பீகத்தின் தலையிலடித்து உலகின் துயரங்களைப் பார் என்கிறது. ஆன்மீகமான தத்தளிப்பை உருவாக்குகிறது அல்லது தத்தளிப்பிற்குப் பெரும் மருந்தாகிறது. ஒட்டுமொத்தமான வாழ்க்கைப் பார்வையை உருவாக்கிக்கொள்வதில் பங்களிக்கிறது.

நண்பர்களே, இந்த மேடையில் தமிழின் மிகச்சிறந்த சிந்தனையாளர் டி. தர்மராஜ் இருக்கிறார். கிட்டத்தட்ட பதினைந்து ஆண்டுகளாக என்னை வழிநடத்தும் நாஞ்சில்

நாடன் இருக்கிறார். இன்றெனக்கு அவர் எழுத்தாளர் மட்டுமல்ல. என் மனைவிக்குப் பெரியப்பாவாகவும், என் மகள்களுக்குத் தாத்தாவாகவும் மாறிவிட்டவர். இந்த அரங்கு ஒரு சிந்தனையாளர், ஒரு படைப்பாளி, ஒரு இலக்கிய வாசகன் எனச் சிறப்பாக வடிவமைக்கப்பட்டுள்ளது. எழுத்தாளர் எனும் முன்னோட்டை எனது பெயருக்கு முன் பார்த்தபோது உள்ளபடியே நான் துணுக்குற்றேன். அன்பு கருதி மயன் ரமேஷ் ராஜா செய்ததை தமிழ்ச் சமூகம் மன்னிக்க வேண்டும்.

★★★

நண்பர்களே.. பெருநகரங்கள், சிறிய நகரங்கள் என்ற பாகுபாடில்லாமல் புஞ்சைப் புளியப்பட்டி போன்ற சிற்றூர்களிலும் கூட புத்தகத் திருவிழாக்களும், இலக்கிய கூடுகைகளும் நடைபெறுகின்றன. நாளையே இலஞ்சியில் புத்தகத் திருவிழா என்றால் கூட நான் ஆச்சர்யம் கொள்ளமாட்டேன். இத்தகைய திருவிழாக்களில் கோடிக்கணக்கான ரூபாய்க்கு வர்த்தகம் ஆவதையும், நூல்கள் விற்றுத் தீர்வதையும் கடந்த பல ஆண்டுகளாக கவனித்து வருகிறேன். வாங்கும் திறன் அதிகரித்து விட்ட அளவிற்கு நம் வாசிக்கும் திறன் வளர்ந்திருக்கிறதா என்று பார்த்தால் நிச்சயம் இல்லை என்பேன். ஒவ்வொரு ஆண்டின் இறுதியிலும் வாசித்த நூல்களைக் கொண்டு அந்த ஆண்டினை மதிப்பிடுவது என் வழக்கம். 2017-ஆம் ஆண்டில் 60 நூல்களைத்தான் வாசிக்க முடிந்தது என திருக்குறளரசியிடம் அங்கலாய்த்தேன். அவள் சொன்னாள் “நண்பனே இந்தியாவிலே ஓராண்டுக்கு 60 நூல்கள் வாசித்தவர்கள் பத்து பேர்கள்தான் இருப்பார்கள்” என்று. நான் சமூக ஊடகங்களின் தேடுபொறியில் வழக்கமாக செய்யும் செயல் ஒன்றுண்டு. புதுமைப்பித்தன், பிரமிள், நகுலன், சுந்தரராமசாமி என உள்ளீடு செய்து தேடிப்பார்ப்பேன். ஒரு மாதத்தில் அதிகபட்சம் ஓரிரு முறை கூட அந்தச் சொற்கள் எந்த விவாதத்திலும் அல்லது அரட்டையிலும் குறிப்பிடப்பட்டிருக்காது. ஒவ்வொரு ஆண்டும் சாகித்ய அகாதமி விருது பெற்ற புத்தகங்கள் மூன்றாயிரம் முதல் ஐந்தாயிரம் வரை எழுத்தாளர்களின் புகழைப் பொறுத்து விற்பனையாகிறது. அச்சிலும், இணையத்திலும் மூன்று அல்லது நான்கு மதிப்புரைகளைக் கூட காண முடியாது. மதிப்புரைகளை

விடுங்கள். ஒரு ஃபேஸ்புக் ஸ்டேட்டஸாகவோ அல்லது ஒரு வரி ட்வீட்டாக கூட பார்க்க முடியாது. ஐந்தாயிரம் விற்ற புத்தகத்தில் ஒரு ஐந்து பேருக்குக் கூட சொல்வதற்கு எந்த கருத்தும் இல்லையா?

இன்றைய வாசிப்பிற்குப் பெரிதும் தடையாக இருப்பது நேரமின்மையும் கவனச்சிதறலும்தான். கூடுதலாக இன்னொன்றை சொல்வதானால் இலக்கற்று இருப்பதும் திட்டமிடுதல் குறைபாட்டையும் சொல்வேன். எழுத்தாளர்களைப் போலவே வாசகர்களும் தங்களது எல்லைகளை உறுதியாக வரையறுத்துக்கொள்ள வேண்டுமென நான் நினைக்கிறேன். மனிதர்களை இயந்திரங்களாகக் கருதும் உலகளாவிய நிர்வாக முறை இன்று ஒவ்வொரு துறையிலும் புகுந்திருக்கிறது. வாழ்க்கைப் பாட்டிற்காக மூளையும் உடலும் கொதிக்க கொதிக்க உழைத்தாக வேண்டிய ஓடியாக வேண்டிய வாழ்க்கையில் எவ்வகையிலும் முக்கியத்துவம் இல்லாத நூல்களுக்காக நேரம் ஒதுக்குவது ஒரு கொடுங்குற்றம் என்பேன். குறைந்தபட்சம் அடுத்த இரண்டாண்டுகளுக்குள் வாசித்து முடிக்க வேண்டிய நூல்களின் மேப் ஒன்று ஒவ்வொரு வாசகனிடமும் இருக்க வேண்டும். கூடிய மட்டும் அதை விட்டு விலகாதிருத்தல் வேண்டும். உதாரணமாக 2016-ஆம் ஆண்டு முழுக்க தினம் ஒரு சிறுகதையேனும் வாசிக்க வேண்டும் எனும் திட்டம் இருந்தது. 2017-ல் நிர்வாகம் மற்றும் சந்தைப்படுத்துதல் தொடர்பான உலக அளவில் முக்கியமான புது தியரிக்களை வாசிக்க உறுதி எடுத்திருந்தேன். நண்பர் ஒருவர் தமிழக வரலாறு மற்றும் தொல்லியல் நூல்கள் அனைத்தையும் கடந்த ஆண்டு வாசித்து முடித்தார். இன்னொருவர் தமிழில் வெளியான அனைத்து முக்கியமான பயண நூல்களை வாசித்தார். இளம் எழுத்தாளர் அதிஷா 2018-ஆம் ஆண்டு முழுக்க ஜெயமோகன் நூல்களை வாசிக்க இருப்பதாக சூளுரைத்துள்ளார். அதற்கு 22-ஆம் நூற்றாண்டு முழுக்கத் தேவைப்படும் எனத் தெரிந்திருந்தும் அவர் இந்த ஆபத்தான பயணத்தை தேர்ந்தெடுத்திருக்கிறார்.

சமூக ஊடகத்தைப் போல கவனச்சிதறல் அளிக்கக் கூடிய பிறிதொன்றில்லை. சதா அலையடித்து நுரைபொங்கும் ஃபேஸ்புக்கில் இருந்து பெற்றுக்கொள்ள எதுவுமே இல்லை

என்பதை நான் கண்டுணர்வதற்குள் மகத்தான ஏழு வருடங்கள் திவாலாகி விட்டது. ஃபேஸ்புக்கை நான் ஒரு மாபெரும் குப்பைத் தொட்டியாக உருவகப்படுத்திக் கொள்கிறேன். அங்கே குப்பை போட மட்டுமே நான் செல்கிறேன். வேறு நபர்கள் கொட்டும் குப்பைகள் என் டைம்லைனுக்கே தெரியாத அளவிற்கு அன்ஃபாலோ செய்திருக்கிறேன். இதனால் தமிழிலக்கிய தெருச்சண்டைகள் பலதும் என் காதுக்கே வருவதில்லை. அதனால், குறையொன்றுமில்லை மறைமூர்த்தி கண்ணா.. பெரிய சிந்தனையாளர்களும் சீரிய எழுத்தாளர்களுமே கூட ஃபேஸ்புக் தரும் அழுத்தத்திற்கேற்ப செயல்பட வேண்டியிருப்பதை நான் பரிதாபமாகப் பார்த்து பரிதவிக்கிறேன். தமிழின் முதன்மையான கலைஞர்களாக நான் கருதும் ஜெயமோகன், நாஞ்சில் நாடன், எஸ்.ராமகிருஷ்ணன் ஆகியோர் ஃபேஸ்புக்கில் இயங்குவதில்லை. அதன் பொருட்டே அவர்களால் அதிகம் எழுத முடிகிறது.

நான் சமீபத்தில் வாசித்த ஸ்டீல் லைக் ஆர்ட்டிஸ்ட் நூலின் ஆசிரியர் ஆஸ்டின் க்லீயான் சில நல்ல உபாயங்களைச் சொல்கிறார். ஒருபோதும் வாசிக்கும் அறையில் மின்னணு கருவிகள் எதையும் அனுமதிக்காதீர்கள் என்கிறார். ஆம் நோட்டிபிகேஷன் என்பதும் டிஸ்ட்ராக்ஸன் என்பதும் ஒரே அர்த்தம் தரும் இருவேறு சொற்கள்தான். போலவே உங்களைச் சுற்றி வாசிக்கப்படாமல் இருக்கும் புத்தகத்தை கொண்டு மன உளைச்சல்கள் அடையாதீர்கள். அவை அப்படி இருக்க அனுமதியுங்கள். நம் வீட்டில் தேவையில்லாத எத்தனையோ குப்பைகளை நாம் நுகர்வுக்குப் பலியாகி அனுமதித்திருக்கிறோம். அவற்றின் மீது எந்த விமர்சனமும் இல்லாத நமக்கு புன்னகைக்கும் புத்தகங்கள் மீது ஏன் வருத்தம் வேண்டிக் கிடக்கிறது. ஃபேமிலி ட்ரீ போல ஒரு ரீடிங் ட்ரீ வரைந்து கொள்ளுங்கள் என்கிறார். உங்களுக்குப் பிரியமான எழுத்தாளர். அவருக்குப் பிரியமான எழுத்தாளர். அவருக்குப் பிரியமானவர் என ஒரு படைப்பு மரபு மரம். உதாரணமாக, ஜெயமோகன், ஐஸக்பாஸ்விங்கர், அசோகமித்திரன், புதுமைப் பித்தன், பஷீர் ஒரு ரீடிங் ட்ரீ வைத்துக்கொண்டு ஒராண்டு முழுக்க வாசிக்கலாம்.

நான் தினமும் காலையும் மாலையும் பொதுப்போக்குவரத்தைப் பயன்படுத்துகிறேன். இதனால் தினமும் இரண்டு மணி நேரங்கள் வாசிக்கக் கிடைக்கிறது. எனது நண்பர் ராஜமாணிக்கம் அதிகாலை அலாரம் வைத்து எழுந்து வாசிக்கத் துவங்குகிறார். உலகம் கண் விழித்து அவரை அன்றாடத்திற்குள் இழுக்கத் துவங்குவதற்கு முன் நான்கு மணி நேரத்தில் ஒரு புத்தகத்தை வாசித்து முடித்து விடுகிறார்.

இன்று ஒருவர் புத்தகங்களை காசு கொடுத்துதான் வாங்கியாக வேண்டுமென்றில்லை. இலக்கிய வாசகர் என சற்று பெயரெடுத்து விட்டாலே அன்பளிப்பாகவும், கருத்து கேட்டும் புத்தகங்கள் உங்கள் மீது படையெடுத்த படியே இருக்கும். நல்ல புத்தகங்கள் வாழ்வை மாற்றும் என்பது உண்மையானால், மோசமான புத்தகங்கள் வாழ்வை சீரழிக்கும் என்பதையும் நாம் ஒத்துக்கொள்ள வேண்டும். ஒருபோதும் முகத்தாட்சண்ய வாசிப்பில் நேரத்தை வீணாக்காதிர். புத்தகங்கள் பொழுது போக்கு சாதனங்கள் அல்ல. உண்மையில் பொழுதை யாரும் போக்க வேண்டியதே இல்லை. ஆகவே, படுக்கையில் தூங்கும் வரை அல்லது கழிப்பறையில் கடன் முடியும் வரை வாசிக்க வேண்டிய பொருள் அல்ல புத்தகங்கள். நேரம் ஒதுக்கி, கவனம் குவித்து, அத்தனை நுட்பங்களையும் அள்ளும் ஆவேசத்துடன் வாசிக்க வேண்டிய ஒன்று. ஒருவகையில் அதுவும் வேலைதான். அதற்குரிய அக்கறையுடன் புத்தகங்களை அணுகுங்கள். எந்த நூலையும் முன்முடிவுகளற்று வாசியுங்கள், உங்களை முட்டாளடிக்க வேண்டுமெனும் நினைப்பில் எந்த மகத்தான படைப்பாளியும் கிளம்பிவரவில்லை என்பதை நம்புங்கள். இறுதியாக, வாசித்த புத்தகங்களைப் பற்றி சிறு குறிப்பெனும் எழுதுங்கள்.

புத்தகம் வாங்கிக் கேட்டு அழும் சில குழந்தைகளை சில பெற்றோர் அடித்து இழுத்துச் செல்வதை கடந்த இரண்டு நாட்களில் கவனித்தேன். புத்தகம் ஏதோ ஒரு வகையில் தனது பிள்ளைகளை உருப்படாமல் ஆக்கி விடும் அல்லது எதிர்காலத்தை கெடுத்து விடும் என்கிற மூட நம்பிக்கை நிலவுகிறது. கல்வி வெறி, சம்பாத்திய வெறி இந்த மூடத்தனத்திற்கு காரணம். எதையும் பொருளியலைக் கொண்டு மட்டுமே

மதிப்பீடும் அவர்களுக்காக நான் இதைச் சொல்கிறேன். புத்தக வாசிப்பு என்பது தொழிலை அல்லது வருமானத்தை கெடுக்கும் செயல் என மூட நம்பிக்கை கொள்ளாதிருங்கள். உலக கோடீஸ்வரனான வாரன் பஃபெட் நாளொன்றுக்கு 800 பக்கங்கள் வாசிக்கிறார். அலிபாபா ஜாக்மா, ஃபேஸ்புக் ஸக்கம்பெர்க், ட்வீட்டர் ஜாக் போன்றவர்கள் வாசிப்பு விடுமுறை எடுத்துக்கொண்டு வாசித்து தள்ளுகிறார்கள். சமீபத்தில் உருவான இணைய பிரபல கோடீஸ்வரர் டாய் லோபஸ் தான் தினம் ஒரு புத்தகம் வாசித்ததுதான் கோடீஸ்வரர் ஆனதற்கு முதன்மையானதற்கு காரணம் என்கிறார். சி.ஈ.ஓக்களுக்காக புத்தகத்தை வாசித்தளிக்கும் மெண்டர்பாக்ஸ் நிறுவன அதிபர்கள் கோடீஸ்வரர்களாக வலம் வருகிறார்கள். எவ்வளவு கற்றுக்கொள்கிறோமோ அவ்வளவு பெற்றுக்கொள்கிறோம் என்பது நிரூபிக்கப்பட்ட உண்மை.

நண்பர்களே, நேற்றும் இன்றுமாக என் கையிலிருக்கும் இந்தப் புத்தகத்தினை (இந்தப் பிரபஞ்சத்தின் பெயர்-கதை - செங்கதிர் மொழிபெயர்த்த சிறுகதைகள்) வாசித்துக்கொண்டிருக்கிறேன். மிதமிருக்கும் 20 பக்கங்களை அடுத்த அரைமணி நேரத்திற்குள் வாசித்து விடுவேன். இன்றிரவு நான் சயீத் அன்வரை க்ளீன் போல்டாக்கிய தேபஷிஸ் மொஹந்தியைப் போல மகிழ்ச்சியுடன் உறங்கச் செல்வேன்.

நன்றி. வணக்கம்.

யார் நீங்கள்

(01-08-2021 அன்று மில்வாக்கி தமிழ்ச் சங்க உறுப்பினர்களிடையே ஆற்றிய உரையின் எழுத்து வடிவம்)

அனைவருக்கும் வணக்கம்.

நான் எழுத்தாளர் ஜெயமோகன் மற்றும் சில இலக்கிய அன்பர்களுடன் கர்நாடகத்தின் வனப்பகுதிகளில் 'பருவ மழைப் பயணம்' மேற்கொண்டு இன்று காலையில்தான் திரும்பி வந்தேன். தென்மேற்குப் பருவமழையை துரத்திச் செல்வதும் வனத்தில் நனைவதும் இந்தப் பயணத்தின் சிறப்பம்சங்கள்.

இந்தப் பயணத்தின் ஒரு பகுதியாக ஹேமாவதி ஆற்றுப்படுகையில் சக்லேஷ்புரா எனும் சிற்றூரில் திப்பு சுல்தானால் கட்டப்பட்ட மஞ்சாராபாத் எனும் கோட்டைக்குச் சென்றோம். அந்தக் கோட்டை இந்தியாவில் காணக்கிடைக்கிற எட்டு முனைகளைக் கொண்ட நட்சத்திர வடிவிலான பாஸ்டியன் கோட்டைகளுள் ஒன்று. ஃபிரெஞ்ச் வடிவமைப்பாளர்களால் கட்டப்பட்டது. அடர்ந்த வனத்தின் நடுவே கம்பீரமாக நின்று கொண்டிருக்கும் கோட்டை.

கோட்டையின் நுழைவாயிலில் திருமணத்திற்கு முன்னும் பின்னுமான புகைப்படங்களை இங்கே எடுக்க அனுமதி இல்லை எனும் அறிவிப்பு இருந்தது. எனக்கு அது வினோதமாகப் பட்டது. குவாலியர் தொடங்கி கன்னியாகுமரியில் இருக்கும் வட்டக்கோட்டைவரை சினிமாவிற்கு இணையாக தன் திருமண ஆல்பம் இருக்க வேண்டும் என யத்தனிக்கிறவர்களால் ஆக்கிரமிக்கப்பட்டு இருக்கும்.

இந்தக் கோட்டை உள்ளூர் மக்களின் சுற்றுலாக் கவர்ச்சிகளுள் ஒன்று. நாங்கள் சென்றிருந்தபோது ஏராளமான மக்கள் குரங்குச் சேட்டைகளும், டிக்டாக் வீடியோக்களும் எடுத்துக்கொண்டிருந்தார்கள். எங்களுடன் வந்த சுபஸ்ரீயும், வழக்கறிஞர் கிருஷ்ணனும் அந்தக் கோட்டையின் வடிவமைப்புச் சிறப்பையும், அறிவியல் எப்படி கோட்டைகளின் வடிவமைப்பையும், கட்டுமானப் பொருட்களையும் தீர்மானித்தது என்பதையும் விளக்கினார்கள்.

பீரங்கியின் வருகைக்கு முன் வரை மண் அல்லது மரத்தால் கோட்டைகள் கட்டப்பட்டன. பெரும்பாலும் வட்ட வடிவம். பீரங்கி வந்தபின் வட்ட வடிவக் கோட்டையைத் துளைப்பது சுலபம் ஆனது. பிறகு கற்களால் சதுர வடிவில் கோட்டைகள் கட்டப்பட்டன. 18 அவுன்ஸ் பீரங்கி வந்த பின் சம தள சுவர்களைத் துளைப்பது எளிதாய் ஆனது. கோட்டைகளின் வடிவங்கள் மாறலாயின. முக்கோண வடிவம், ஸ்டார் வடிவம் என மாறின. முனைகளில் குண்டு துளைப்பது கடினம் என்பதால் அறுங்கோண வடிவில் கோட்டைகள் கட்டப்பட்டன. கொரில்லாப் போர் முறையும், சூதும் உள்ளே வந்ததால், ஃப்ரெஞ்சு வடிவமைப்பாளர்கள் ஸ்டார் போன்ற எண்கோண பாஸ்டியன் கோட்டைகளை வடிவமைத்தார்கள். பின்னர் விமானம் கண்டுபிடிக்கப்பட்டு ஆகாய மார்க்கமாக குண்டுகளைப் போட முடியும் எனும் சூழல் வந்ததும் கோட்டைகளின் தேவை இல்லாமல் ஆயின.

ஃப்ரெஞ்சு கட்டிட நிபுணர்கள் இந்த எண்கோண வடிவமைப்பைக் கொண்டு போய் உலகெங்கும் உள்ள சமஸ்தானங்களிடம் இதுதான் எந்தப் பீரங்கியையும் தாங்கி

நிற்பது, வெற்றிகரமானது என்றார்கள். மன்னர்கள் தங்களுக்குத் தேவை இருந்ததோ இல்லையோ அந்தக் கோட்டைகளைக் கட்டத் தொடங்கினார்கள். இந்தக் கட்டுமானம் செலவேறியது. மிகப்பெரும் உழைப்பையும் நெடிய காலத்தையும் கோருவது. அதற்குத் தாக்குப்பிடிக்க முடியாமல் சில அரசுகள் திவாலாகின. சில அரசுகள் முக்கால் வாசி பணியில் கோட்டை கட்டும் பணியைக் கைவிட்டன. திப்புவின் இந்தக் கோட்டைகூட, கட்டி முடிக்க பல ஆண்டுகள் எடுத்துக்கொண்டது. திப்புவின் செல்வத்தின் பெரும்பகுதி இந்தக் கோட்டை கட்டுமானத்தில் கரைந்தது.

பிறகு பேச்சு தமிழக கோட்டைகளைப் பற்றி திரும்பியது. நான் 17, 18-ஆம் நூற்றாண்டுகளில் தமிழகத்தில் இருந்த அரசியல் சூழலையும், நிகழ்ந்த போர்களையும் பற்றி வாசித்தறிந்திருந்தேன். என்னால் அந்த உரையாடலில் ஆர்வமாகப் பங்கெடுக்க முடிந்தது. தமிழகத்தில் மட்டும் சுமார் 200-க்கும் அதிகமான கோட்டைகள் இருந்ததைப் பற்றி, அவற்றின் கட்டுமானம் பற்றி, அவற்றில் நிகழ்ந்த முற்றுகையைப் பற்றி பேச்சு விரிந்துகொண்டே இருந்தது.

கோட்டைகளின் வரலாறு வழியாக தமிழக, பாண்டிச்சேரி வரலாறு அதனைத் தொட்டு இந்திய வரலாறு அதனைத் தொட்டடுத்து காலனியாதிக்கத்தில் இங்கிலாந்தும் ஃப்ரெஞ்சும் மாறி மாறி மோதிக்கொண்டது, கான்சாகிபு, சந்தாசாகிபு போன்ற குழப்பமான கதாபாத்திரங்கள் வரலாற்றில் தோன்றியது என வரலாறு எங்கள் கால்களுக்குக் கீழே ஆறாக ஓடியது.

பெரிய விவாதம் முடிந்ததும் சுற்றிலும் பார்த்தேன். ஒருவன் பொது இடம் என்றும் பாராமல் ஒரு பெண்ணை தழுவிக்கொண்டிருந்தான். ஒருவன் கேவலமான சினிமா பாட்டிற்கு டிக்டாக் செய்துகொண்டிருந்தான். ஒருவன் 400 ஆண்டுகள் பழமையான கோட்டைச் சுவரில் கல்லைக் கொண்டு தன் பெயரைக் கொத்திக்கொண்டு இருந்தான். ஒரு குடும்பம் அமர்ந்து தின்று சென்றதன் அடையாளமாக சிப்ஸ் பாக்கெட்டுகள், தண்ணீர் பாட்டில்கள் கிடந்தன. இவர்கள் எல்லாருமே படித்தவர்கள். கையில் சுளகு சைஸுக்கு செல்போன் வைத்திருப்பவர்கள். ஆனால், பண்பட்டவர்கள்

அல்ல. இவர்கள் ‘சராசரி’ எனும் மந்தையின் சிறு சாம்பிள்கள். பண்பாட்டிற்கும், வரலாற்றிற்கும், கலைகளுக்கும், இலக்கியத்திற்கும் இவர்களுக்கும் இருக்கும் தூரம் செவ்வாய் கிரகத்திற்கும் பூமிக்குமானது.

நண்பர்களே, ஏன் வாசிக்க வேண்டும். ஏன் தன் சொந்தப் பண்பாட்டுடன் பரிச்சயம் கொள்ள வேண்டும் என்கிற பெரிய கேள்விகளுக்கான சிறிய எளிய உதாரணமாக நான் இதைச் சுட்ட விரும்புகிறேன்.

இந்த உரையில் பெரியவர்கள், இளைஞர்கள், குழந்தைகள் என மூன்று வகையான பங்கேற்பாளர்களிடம் நான் உரையாற்றுகிறேன். இந்த உரை உங்களுக்குப் பிடிக்காமல் போகலாம், சிலருக்கு வறட்சியானதாகத் தோன்றலாம். சிலருக்கு நடைமுறைக்கு ஒவ்வாத ஒன்றாகத் தோன்றலாம். இங்கே நான் வந்திருப்பது உங்கள் மனம் மகிழும்படியான புகழுரைகளை, நகைச்சுவைத் தோரணங்களைத் தெளித்துச் செல்வதற்காக அல்ல. நாம் விவாதிப்பதற்கும் யோசிப்பதற்குமான சில சிந்தனைப் புள்ளிகளை உங்கள் முன் வைப்பது என் நோக்கம். இங்கே நான் குறிப்பிடும் உதாரணங்கள் பெரும்பான்மை அமெரிக்கத் தமிழர்களை முன்வைத்துத்தான். இதில் விதிவிலக்குகள் இருக்கலாம். அவர்களை ஏற்றுக்கொள்கிறேன்.

★

அமெரிக்காவின் பாடத் திட்டத்தில் புத்தக வாசிப்பு ஒரு தவிர்க்க முடியாத அம்சம் என்பதை நானறிவேன். உங்கள் குழந்தைகளில் பலர் அந்த சிலபஸுக்கு வெளியே எதையுமே வாசிப்பதில்லை. பெரும்பாலான குழந்தைகள் தமிழ் கற்றுக்கொள்வதில், தமிழ் நூல்களை வாசிப்பதில் துளியும் ஆர்வம் காட்டுவதில்லை.

நான் அமெரிக்காவில் பிறந்தவன். நான் தமிழ் கற்று, தமிழ் நூல்களை ஏன் வாசிக்க வேண்டும் என்றுதான் எந்த அறிவுள்ள ஒரு குழந்தையும் கேட்கும். அதற்கு என்னுடைய பதில் ‘உங்கள் அப்பாவைப் போல நீங்கள் ஆகாமல் இருக்க வாசிக்க வேண்டும். உங்கள் அப்பாவைப் போல ஒரு போலியான நடிப்பை வாழ்நாள் எல்லாம் நிகழ்த்தாமல் இருக்க நீங்கள்

வாசிக்க வேண்டும் என்பேன்'.

அதிர்ச்சியாக இருக்கிறதல்லவா? உங்கள் அப்பா என்ன செய்கிறார்? நாளொன்றுக்குப் 12 மணி நேரங்களுக்கும் மேல் உழைக்கிறார். அவருக்கு உங்கள் வீட்டைப் பற்றி, காரைப் பற்றி, உங்கள் எதிர்காலத்தைப் பற்றி, கோடைகால விடுமுறையைப் பற்றி, சொந்த ஊரில் வாங்க வேண்டிய சொத்துக்களைப் பற்றி, ஓய்வுகாலத்தைப் பற்றி எல்லாம் நிறைய ஆசைகள் இருக்கின்றன. அதன் பொருட்டு விழித்திருக்கும் ஒவ்வொரு மணித்துளியும் பொருள் சேர்ப்பதைப் பற்றியே சிந்திக்கிறார்.

அவரது நேரத்தை அவரே தீர்மானிக்க முடியாது. அவரது நாளை மனம் விரும்பியபடி அவரால் வாழ முடியாது. தனது ரசனைக்காக, சிந்தனைக்காக எதையும் அவரால் செய்துகொள்ள இயலாது. அவர் தனது அக்கறையையெல்லாம் பக்கத்து வீட்டுக்காரன் பார்வையில் நாம் என்னவாகத் தெரியவேண்டும் என்பதற்காகவும், ஒரு தேர்ந்த வித்தியாசமில்லாத அமெரிக்கனாகத் தோற்றமளிக்க வேண்டும் என்பதற்காகவும் செலவிடுகிறார். அதாவது ஒரு சராசரியான வெற்றிகரமான தந்தை. அதற்கு அப்பால் ஒன்றும் இல்லை.

நுகர்வுக் கலாச்சாரத்தில் இருந்து விடுபட முடியாத லட்சக்கணக்கான சராசரிகளால் ஆனது அமெரிக்கா. நுகர்வு வெறி இருக்கும் மட்டும் உங்கள் அப்பா சதா உழைத்துக்கொண்டே இருக்கிற ஒரு மெஷின் மட்டும்தான். நான் ஒரு மெஷின் மட்டுமல்ல. என் அடையாளம் என்பது அமெரிக்கன் மட்டும் அல்ல. எனக்கென்று ஒரு நெடிய பாரம்பரியமும், பண்பாடும், கலைகளும், ரசனைகளும், தேர்வும் இருக்கிறது. என்னை நீ மொத்தமாக விலைகொடுத்து வாங்கி விட முடியாது என்று இந்த நுகர்வுக்கு எதிர்நின்று எவனால் கூவ முடியுமோ அவன் சராசரிகளில் இருந்து விலகுகிறான். மந்தையிலிருந்து விலகி கல் மேல் ஏறி நின்று பிரசங்கிக்கும் சாத்தியம் உள்ள தலைவன் ஆகிறான். நீங்கள் தலைவன் ஆகவேண்டுமெனில், வாசிப்பும் பண்பாட்டுப் பயிற்சியும் அவசியம் ஆகிறது.

★

தன்னுடைய பண்பாட்டு அடையாளத்தை வெறும் பிழைப்பிற்காகத் துறந்தவனுக்கு எந்தச் சபையிலும் இடம் இராது. மரியாதை இருக்காது. இன்று யூதர்கள் உலகம் முழுக்க சகல துறைகளிலும் பல்கிப் பெருகி வென்றெடுக்க முக்கிய காரணமே அவர்கள் தங்கள் மொழியையும், பண்பாட்டையும் ஒரு துளி கூட விட்டுக்கொடுக்கவில்லை என்பதே. அமெரிக்காவிலேயே வாழ்ந்த ஐசக் பாஷ்விக் சிங்கர் தனது மொத்த படைப்புகளையும் ஹீப்ரு மொழியிலேயே எழுதி நோபல் பரிசினை வென்றார். அவரது நோபல் ஏற்புரை இணையத்திலேயே கிடைக்கிறது. நீங்கள் ஒவ்வொருவரும் அவசியம் அதைக் கேட்க வேண்டும்.

★

உங்கள் குழந்தை இன்னொருவனின் ஆணைக்கு அடிபணிந்து அதை நிறைவேற்றும்பொருட்டே வாழ்நாள் முழுக்க கழிக்க வேண்டுமா அல்லது ஆணையிடும் இடத்திற்குச் செல்ல வேண்டுமா என்பதை நீங்கள்தான் தீர்மானிக்க வேண்டும். மொழியும் பண்பாடும் வெவ்வேறான விஷயங்கள் அல்ல. ஒரு பண்பாட்டின் தோற்றம், வளர்ச்சி, சாதனைகள், பெருமிதங்கள், கலைகள், வீழ்ச்சி, இழிவுகள் என அத்தனையும் மொழிக்குள்தான் சேர்மானம் ஆகியிருக்கின்றன. மொழியைக் கற்பதன் வழியாக இவையனைத்தையும் கற்றவர்களாகிறார்கள்.

எழுத்து மொழியாகிறது. மொழி அர்த்தமாகிறது. அர்த்தம் காட்சியாக மாறுகிறது. கற்பனையாக விரிகிறது. காட்சி அனுபவமாகிறது. வாசிப்பதில் உங்கள் பங்கேற்பு நேரடியானது என்பதால் இவ்வனுபவம் மிக நெருக்கமாக, வாழ்நாள் முழுக்க உடன் வரப்போகிற ஒன்றாக மாறிவிடுகிறது. அறிவை, ஞானத்தை, ரசனையை வளர்த்துக்கொள்ள இது ஒன்றுதான் வழி. இதற்கு மாற்றான ஒன்று இன்றுவரை கண்டுபிடிக்கவில்லை.

★

தமிழகத்தில் பிறந்து வளர்ந்த குழந்தைகளே இன்று தமிழில் வாசிப்பதில்லை. ஆங்கிலமே உகந்ததாகவும், சிறந்ததாகவும் நினைக்கிறார்கள். இது இழிவான ஒரு மனப்பாங்கின் விளைவு. தாய்மொழியைக் கற்றுக்கொள்வது மிக எளிதானது. ஆனால்

பல்வேறு பாவனைகள் வழியாக அதைக் கடினமான ஒன்றாக கற்பிதம் செய்துகொள்கிறோம்.

அந்நிய நாட்டில் வாழும் குழந்தைகள் தாய்மொழியோடு உறவு கொள்ள சில டிப்ஸுகளை மொழிவல்லுனர்கள் அளிக்கிறார்கள்.

1. முன்னுதாரணமாக தாய்மொழி நூல்களைப் பெற்றோர் வாசிப்பது. பெற்றோர் வாசிக்கவில்லையென்றால் பிள்ளை ஒருபோதும் வாசிக்காது.
2. தாய்மொழியில் தொலைக்காட்சி செய்திகளைப் பார்ப்பது
3. தாய்மொழியில் நிகழ்ச்சிகளை வழங்கும் ரேடியோக்களைக் கேட்பது
4. தாய்மொழியில் புத்தகங்களை வாசிப்பது
5. 'இல்ல மொழி' என தாய்மொழியை மட்டுமே வீட்டில் பேசுவது
6. ஓராண்டுக்கு ஒருமுறை சொந்த ஊருக்குச் சென்று உறவினர்களோடு குழந்தைகளை உறவாட விடுவது.
7. தாய்மொழி செய்யுள்களை / கவிதைகளை / பாடல்களை புரிகிறதோ இல்லையோ மனப்பாடம் செய்ய வைப்பது. அவர்கள் வளரும்போது அதுவும் வளரும். அர்த்தம் விரியும்.
8. வழிபாடுகளின் போது பாடல்களைத் தாய்மொழியில் பாட வைப்பது.
9. பண்பாட்டின் முக்கியமான கலைஞர்களை அறிஞர்களை பிள்ளைகளுக்கு அறிமுகம் செய்வது. பண்பாட்டு நிகழ்வுகளுக்கு அழைத்துச் செல்வது.
10. மிகையான பண்டை நாள் பெருமைகளைப் பிள்ளைகளின் முன் பேசாமல் இருப்பது முக்கியம். போலவே, தாய் நாட்டை, தாய் மொழியை, பண்பாட்டை பிள்ளைகளின் முன் இழிவாகப் பேசாதிருப்பதும் அவசியம்.

நண்பர்களே, நீங்களும் உங்கள் குழந்தைகளும் ஒற்றை

அடையாளம் கொண்டவர்கள் அல்ல. இலக்கியமும் வாசிப்பும் ரசனையும் உங்களுக்குப் பல்வேறு அடையாளங்களைத் தரவல்லது. எந்தச் சபையிலும் அறிவால் நிமிர வைப்பது. எந்த இனத்தைச் சேர்ந்தவனோடும் ஒப்புநோக்க நான் குறைந்தவனில்லை எனும் நிமிர்வைத் தருவது. மிகச்சிறந்த தகவல் தொடர்பாளனாகவும் தலைமைப் பண்பு மிக்கவனாகவும், ஆணையிடும் வல்லமை கொண்டவனாகவும் மாற்றக் கூடியது. நீங்கள் வாழும் ஒற்றை வாழ்க்கைக்குள் ஓராயிரம் நிகர்வாழ்க்கையை வாழ்ந்த அனுபவத்தையும் நிறைவையும் தரவல்லது.

மொழிதான் விழி. நூல்கள்தான் வழி.

நன்றி, வணக்கம்.

கிளிச் சீட்டு

(30-05-2021 அன்று அகரம் பவுண்டேசன் மாணவர்களுடன் ஆற்றிய உரையின் சுருக்கமான வடிவம்)

உழைப்பை வழிபாடாகக் கொண்ட அப்பாவை பக்கவாதம் தாக்கிற்று. எவராலும் ஒப்புக்கொள்ள முடியாத நிதர்சனம். அவராலும் ஒப்புக்கொள்ள முடியவில்லை. இயல்பை மீட்டெடுக்கும் முயற்சிகள் அனைத்தும் தோல்வியடைந்தன. நித்யசைதன்ய யதியின் 'நோயை எதிர்கொள்ளல்' கட்டுரையை அவருக்கு வாசிக்கக் கொடுத்தேன். பக்கவாதத்திலிருந்து மீண்ட அனுபவத்தைப் பற்றிய கட்டுரை அது. நம் மரபில் நோய் என்பது கடவுளின் தண்டனை அல்ல. இறைவன் நம்மோடு கலந்து சிலவற்றை உணரவைக்கும் அதிர்ஷ்டத்தின் திடீர் வாய்ப்பு எனும் அத்வைத தரிசன கட்டுரை. அதன் இறுதி வாக்கியம் அழகானது 'நோய் கடவுளின் படைப்புமொழி'

வாதம் தாக்கிய நாட்களில் நித்யா செயலிழந்த வலது கையில் தூரிகையைச் சொருகி இடது கையால் வலது கையை இயக்கி ஓவியம் வரையத் துவங்கினார். கனகமாலாவில் 29 சூரியோதயங்களை ஓவியமாக்கினார். அவ்வோவியங்களைக் காண்பவர்கள் அதிலிருக்கும் துல்லியமான உணர்வெழுச்சியும்

வர்ணக்கலவையும் கண்டு வியப்பார்களே அன்றி அதன் பின்னாலிருக்கும் கதையை அறிய மாட்டார்கள்.

அப்பா மீண்டு விட்டார். ஏற்கனவே இருந்த கதிரேசன் இறந்து புதிய கதிரேசன் பிறந்துவிட்டார். புதிதாகப் பிறந்தவருக்கு சில ஆற்றல்கள் மட்டுறுத்தப்பட்டிருந்தன. சில புதிய சாத்தியங்கள் உருவாகியிருந்தன. செயல்படாத இடது கை, வலது காலுடன் அவர் ஊர் ஊராகச் சுற்றித் திரிந்து வியாபாரத்தைத் தொடர்ந்தார்.

இந்தப் பெருந்தொற்று காலத்தை நான் அப்படித்தான் நினைக்கிறேன். நாம் ஏற்கனவே வாழ்ந்த உலகம் இறந்து விட்டது. இன்றிருப்பது புதிய உலகம். இந்த உலகத்தில் பயணங்கள், கூடுகைகள், விருந்துகள், ஆடம்பரங்கள், சொத்து வாங்குதல் போன்றவை மட்டுறுத்தப்பட்டுள்ளன. பெட்ரோல் டீசல் செலவில்லை. உழைப்பு குறைவு ஆகவே உணவும் குறைவாக உண்டால் போதும். புத்தாடைகள் தேவையில்லை. அலுவலகங்கள் இல்லை. ஆகவே கிசுகிசுக்கள், அவதூறுகள், சதிக்கோட்பாடுகள் இல்லை. காதல் செலவினங்கள் இல்லை. கள்ள உறவுகள் மட்டுப்பட்டிருக்கின்றன. ஆடித்தள்ளுபடி, அமாவாசைத் தள்ளுபடி, அக்ஷயதிருதியை, எக்சேஞ்ச் ஆஃபர்கள் இல்லை.

சிக்னல்களில் காத்திருக்க வேண்டியதில்லை. அட, சிக்னலே தேவை இல்லை. தூசு புகை குப்பை இரைச்சல் மட்டுப்பட்டிருக்கின்றன. விபத்துக்கள் குறைந்திருக்கின்றன. செவியடைக்க குயில்களின் ஓசை கேட்கிறது. காந்திபுரம் பஸ்ஸ்டாண்டில் மயில் நட மருவு நிகழ்கிறது. மருதமலைக் கோவிலில் யானைகள் குடும்பத்துடன் இளைப்பாறுகின்றன. ஊட்டி சாலைகளில் கரடி விளையாடுகிறது. மலைப்பிரதேசங்கள் மூச்சு விடுகின்றன. கடற்கரைகள் தங்கள் சொந்த முகத்திற்குத் திரும்புகின்றன.

வெளியில் தனிமனித இடைவெளி அதிகரித்திருந்தாலும் வீட்டிற்குள் தொடுகை கூடியிருக்கிறது. குடும்பமென ஒன்றிருப்பதை உணர்ந்திருக்கிறோம். விளையாட அழைக்கும் பிள்ளைகளிடம் 'அப்பா பயங்கர டயர்டா இருக்கேன்மா'

எனும் நித்ய பதிலை சொல்வதை நிறுத்தி இருக்கிறோம். குடிச்சண்டைகள் குறைந்திருக்கின்றன. குடிசை கொளுத்திகள் ஓய்ந்திருக்கிறார்கள். 11:05க்கு மண்ணள்ளியாக வேண்டிய தேவை குன்றியிருக்கிறது.

பிழைத்துக்கிடப்பதைத் தவிர வேறு எந்த கவலையும் வேண்டியதில்லை. வேறு எதைக் கண்டும் அஞ்சவேண்டியதில்லை. எவனுக்கும் எதையும் நிரூபிக்கவேண்டியதில்லை எனும் மாபெரும் விடுதலையுணர்வு ஒரு வரமென கிடைத்திருக்கிறது. உங்களுக்கு எப்படியோ எனக்கு இதுதான் பொன்னொளிர் காலம். இங்கிருந்து திரும்பிச் செல்ல ஒருபோதும் விரும்பேன்.

கடந்த காலம் இனிமையானது என்பதொரு அபத்தக் கற்பனை. நம் தாத்தா காலத்தின் பெரும்பான்மை ஆண்கள் கட்டித்தீனிகள். எடுப்புகளும் தொடுப்புகளும் அன்று பெருமித அடையாளங்கள். குடும்ப வன்முறை, பாலியல் சுரண்டல், பெண்ணடிமைத்தனம், சாதிக்கொடுமை, என துளுரெடுத்துத் திரிந்தார்கள். இன்று சமத்துவமும் சமூகநீதியும் தமிழகத்தின் முதன்மையான பேசு பொருளாகியிருக்கின்றன. வேட்டை மன்னன்களெல்லாம் சேட்டைகளின் உறுபலனாய் ஏறிய படிகளின் வழியே இறங்கிக்கொண்டிருக்கிறார்கள். கடந்து போன காலம் எதுவும் திரும்பிவர வேண்டியதில்லை. காலம் முன்னகர வேண்டும்.

800 கோடி மக்களும் தடுப்பூசி எடுத்துக்கொள்ளும் வரை நோய்த்தொற்றிலிருந்து மீள நிரந்தரத் தீர்வு இல்லை. இக்கட்டுரை எழுதும் நிமிடம் வரை உலக மக்களில் 42 கோடி பேர்தான் முழுமையான தடுப்பூசி கவசத்திற்குள் வந்துள்ளார்கள். இன்னமும் 20 மடங்கு சென்றாக வேண்டும். ஆகவே, அடுத்த இரண்டாண்டுகளுக்குப் போதிய விளம்பர இடைவேளையுடன் வாழ்க்கை இங்கே இப்படித்தான் இருக்கும். 56 இன்ச் அல்ல 506 இன்ச் அகல மார்பு இருந்தாலும் ஒரு புல்லையும் அசைக்கமுடியாது.

கல்லூரிக்குச் செல்ல முடியவில்லை. வகுப்புகள் நடைபெறவில்லை. நண்பர்களைச் சந்திக்க முடியவில்லை என அலுத்துக்கொள்கிறீர்கள். வீட்டிற்குள்ளேயே இருக்கும்

உளச்சோர்வினை புலம்பலின் வழியே மேலும் மேலும் பெருக்கிக்கொள்கிறீர்கள். தலைக்கு மேல் பறக்கும் கவலைப் பறவையை 'வா... வந்து என் தலையிலேயே குடியிரு... எச்சமிடு' என கூவி அழைக்கிறீர்கள்.

ஓர் இந்தியப் பெண் கருவுற்ற நாள் முதல் நிரந்தரமான லாக்டவுனுக்குள் சென்றுவிடுகிறாள். நாம் பிறப்பதற்கு முன் நம் அம்மாக்களுக்கென்று கனவுகள் நிரம்பிய ஒரு உலகம் இருந்ததே?! கடந்த பதினெட்டு ஆண்டுகளாக ஒவ்வொரு நாளும் உங்களுக்கு உணவிடுபவளாக, வைத்தியம் பார்ப்பவளாக, டியூசன் எடுப்பவளாக, துணிகளைத் துவைப்பவளாக, கழிப்பறைகளைக் கழுவுபவளாக, பணிவிடைகள் செய்பவளாக ஒரு நிரந்தர லாக்டவுனில் இருக்கிறாரே கவனித்திருக்கிறீர்களா? அவரிடம் இந்த முணுமுணுப்புகள் ஏன் இல்லை என்று யோசித்துப்பாருங்கள்.

ஓர் அசாதாரணமான சூழலில் சாதாரணமான வாழ்வைப் பற்றி கனவு கொண்டிருப்பதை விட இயற்கை நமக்கிட்டிருக்கும் ஒரு கடமையைப் பற்றி யோசிக்கலாம். கிளி சீட்டு எடுப்பதைப் போல நம் சுற்றத்தார் இறந்துகொண்டிருக்கிறார்கள். இயற்கை அல்லது இறைவன் அல்லது விதி ஏன் என்னையும் உங்களையும் விட்டு வைத்திருக்கிறது? எதைக் காக்கும் பொருட்டு? எதை உருவாக்கும் பொருட்டு?

தீநுண்மம் வேகமெடுக்கும்போது யுவால் நோவா ஹராரி சொன்னார் 'கொரோனாவைக் காட்டிலும் மானுடத்திற்கு ஆபத்தானது நல்ல தலைவர்கள் இல்லாததுதான்'. திரும்பிய திசையெல்லாம் எதிர்மறைப்பண்பும் குறுகல் நோக்கும் கொண்டவர்கள் வெறுப்பரசியல், சதிக்கோட்பாடுகள் வழியே அதிகாரத்தைக் கைப்பற்றி வைத்திருக்கிறார்கள். மிதமிஞ்சிய நார்சிஸிஸ்டுகள். இவர்களுக்குள் ஒத்திசைவும் ஒருங்கிணைப்பும் இருந்திருந்தால் கொரோனா என்றோ வெல்லப்பட்டிருக்கும். அரசியலிலும் நிர்வாகத்திலும் காரியங்கள் பின் தள்ளி ஆப்டிக்ஸ் தோற்றமயக்கங்களே முன்நிற்கும் காலம் இது. ஊடகப்பெருக்க வெளியில் இனி 'படம் காட்டல்' மட்டுமே நிகழும்.

மீண்டும் முந்தைய பாராவிற்கு வருகிறேன். தாமஸ் கெனலி

எழுதிய 'ஷிண்ட்லர்'ஸ் ஆர்க்' நாவலில் வரும் "ஓர் உயிரைக் காப்பாற்றியவன், மொத்த உலகத்தையும் காப்பாற்றியவன்" எனும் வரிகள்தான் இயற்கை நமக்கிட்டிருக்கும் கடமை. உயிரோடிருப்பவர்கள் உதவி கோருபவர்கள் அல்ல. உதவ வேண்டியவர்கள். உலகைக் காக்கவேண்டியவர்கள். அந்தப் பொறுப்பினை மனமுவந்து ஏற்றுக்கொள்வதினாலேயே தலைவர்கள். இந்த நூற்றாண்டில் மானுடத்தை அழிவிலிருந்து காத்த பெருமைக்குரியவர்கள்.

வேலை இல்லை. வருவாய் இல்லை. உணவு இல்லை. படுக்கை இல்லை. தடுப்பூசி இல்லை. ஆக்சிஜன் இல்லை. வெண்டிலேட்டர் இல்லை. ரெம்டேசிவர் இல்லை. ஆம்புலன்ஸ் இல்லை. மார்ச்சுவரியில் இடம் இல்லை. பிணமெரிக்க விறகுகள் இல்லை என நாற்புறமும் இல்லை இல்லை எனும் அழுகுரல்கள் ஒலிக்கையில் வீட்டிற்குள் இருந்துகொண்டு ஸ்மார்ட்போனில் சிணுங்கிக்கொண்டிருப்பது அநீதி. உயிர், பசி இந்த இரண்டைத் தவிர வேறெதுவும் இன்று இத்தருணத்தில் முதன்மையானது அல்ல.

நீங்கள் செய்யும் உதவி மணல் சுமக்கும் அணிலோ, மலை பிடுங்கும் அனுமனோ என்னவாக வேண்டுமானாலும் இருக்கட்டும். ஆனால், செய்யுங்கள். உதவி தேவைப்படும் ஒவ்வொருவருக்கும் உதவுங்கள். அவர்கள் உயிர் பிழைக்க தீவிரமாகப் போராடுங்கள். எல்லா கதவுகளையும் தட்டுங்கள். கைகள் ஓய்ந்தால் காலால் உதையுங்கள். கால்களும் ஓய்ந்தால் தலையால் முட்டுங்கள். இதுவே நாம் ஓர் அறிவுச் சமூகமாக செய்ய வேண்டிய கர்ம யோகம்.

நீங்களும் நானும் எஞ்சியிருப்பது அதன் பொருட்டே, நன்றி.

இலக்கியத்தைக் கண்டடைவது எப்படி?

(தமிழக அரசு நடத்திய சென்னை இலக்கியத் திருவிழாவில் 08-01-2023 அன்று அண்ணா நூற்றாண்டு நூலக அரங்கில் கல்லூரி மாணவர்கள் மத்தியில் ஆற்றிய உரை)

இலக்கியத்தைக் கண்டடைவது எப்படி? என்ன சார் இதெல்லாம் ஒரு கேள்வியா? நூலகத்துக்குச் சென்று லைபரரேரியன் கிட்ட இலக்கிய செக்‌ஷன் எங்க இருக்குன்னு கேட்டா சொல்லப் போறாரு என்று கேட்டீர்களெயானால் நீங்கள்தான் துணிவு மிக்க இன்றைய வாரிசுகள்.

நண்பர்களே, உங்களில் எத்தனை பேர் முன்னர் இலக்கிய வாசிப்பில் ஈடுபட்டவர்களென எனக்குத் தெரியவில்லை. ஆனால், உங்கள் முன்னோர் தவப்பயன் நீங்கள் இன்று இங்கே அமர்ந்து தமிழின் ஈராயிரம் ஆண்டு அறிவியக்கச் செயல்பாட்டோடு உங்களைப் பிணைத்துக்கொண்டிருக்கிறீர்கள். அதற்காக, உங்களுக்காக, ஒருமுறை கைதட்டிக்கொள்ளுங்கள். ஏனெனில், நீங்கள் அதிர்ஷ்டசாலி. இலக்கியத்தைப் போல தன்னைத் தொட்டவனை வானளவு உயர்த்தும் இன்னொரு பேரதிசயம் இந்த உலகத்தில் இல்லை.

ஒருவன் பாடகன் ஆகவேண்டுமெனில் 5 வயதில் சாதகம் செய்ய ஆரம்பித்திருப்பான். நாளொன்றிற்குப் பத்து மணி

நேரங்கள் பயிற்சியில் இருப்பான். நாற்பது வயதில்தான் அவனுக்கு ஒரு பத்திரிகையில் ஒரு துண்டுச் செய்தி இடம் கிடைக்கும். ஒரு பரதநாட்டியக்கலைஞர் அறியப்பட வேண்டுமென்றால் நாளொன்றிற்குப் பத்து மணி நேரம் பயிற்சியை முப்பதாண்டுகள் மேற்கொண்டிருந்தால்தான் சாத்தியம். தன் கலைக்காக தன் மொத்த வாழ்க்கையையும் அர்ப்பணித்திருக்கவேண்டும். இங்கிருப்பவர்களில் பலர் அப்படி தன் ஒட்டுமொத்த வாழ்வையும் இலக்கியத்திற்கென்று கொடுத்தவர்களென சொல்லமுடியாது. ஆனால், இவர்கள் தொட்டது புத்தகம் எனும் அற்புதக் கம்பளத்தை என்பதால் விண்ணளவு உயர்ந்திருக்கிறார்கள்.

நீங்கள் எந்தளவிற்கு அதிர்ஷ்டசாலிகளோ, அந்தளவிற்குத் துரதிர்ஷ்டசாலிகளும் கூட. என் தலைமுறைவரை எங்களுக்கு இருந்த முதன்மையான பொழுதுபோக்கு புத்தகங்கள்தான். படித்தேயாக வேண்டும், மதிப்பெண்கள் எடுத்தேயாக வேண்டும், அநீதியான நுழைவுத்தேர்வுகளை எழுதியே ஆகவேண்டும், பெரிய கல்லூரியில் இடம் கிடைத்தேயாக வேண்டும், காம்பஸில் ஜெயித்தே ஆகவேண்டும், மூன்று படுக்கை ஃப்ளாட் கட்டியே ஆகவேண்டும் போன்ற அழுத்தங்கள் இல்லாத காலத்தில், அன்றாடம் இரண்டு புத்தகங்களை வாசித்து இலக்கியத்தில் திளைத்துக்கிடந்தோம்.

இன்று பல்வேறு நெருக்கடிகள், பற்பல கவனச்சிதறல்களோடு இருக்கும் நீங்கள் உளமார நினைத்தாலும் கூட உங்களால் ஆண்டுக்கு பத்து புத்தகங்கள்தான் வாசிக்கமுடியும். இன்னும் இருபது வருடங்கள் கழித்து இதே இடத்தில் சந்தித்தால் அதிகபட்சம் 100 புத்தகங்கள் வாசித்தவர்களாக இருப்பீர்கள். அப்போது நாங்கள் சுமார் பத்தாயிரம் புத்தகங்கள் படித்தவர்களாக இருப்போம். இதுதான் நான் சொன்ன சாபம். தலைவிதி. ஊழ். அதற்கொரு பரிகாரம் உண்டு. அதைச் சொல்வதுதான் என்னுடைய உரையின் நோக்கம்.

ஒருமுறை ஜெயமோகன் ஒரு கல்லூரியில் பேசிக் கொண்டிருந்தபோது ஒரு மாணவன் எழுந்து சார் சும்மா இலக்கியம், இலக்கியம்னு சொல்றீங்களே இலக்கியம்

வாழ்க்கைக்குச் சோறு போடுமா? என்று கேட்டார். ஜெயமோகன் ஒரு கணமும் தாமதிக்காமல் சொன்னார். இலக்கியம் வாழ்க்கைக்குச் சோறு போடாது, ஆனால் சோற்றால் மட்டுமே நிரம்பிவிடாத இடம் என ஒன்று உனக்குள் இருக்குமாயின் அந்த இடத்தை இலக்கியம் நிரப்பும் என்றார். நண்பர்களே நாம் சோற்றால் அடிக்கப்பட்ட பிண்டங்கள் இல்லை. நமது சிறிய வாழ்வை மேலும் புரிந்துகொள்ளவும், விரித்துக்கொள்ளவும், ஒரு வாழ்க்கைக்குள் ஓராயிரம் நிகர்வாழ்க்கையை வாழ்வதற்கும் இலக்கியம் உதவுகிறது.

இலக்கியம் என்றால் என்ன? எனும் கேள்விக்கு ஆயிரக்கணக்கான பதில்கள் இருக்கின்றன. என்னைப் பொருத்தவரை மொழியின் வழியாக கற்பனையையும், கனவையும் பெருக்கிக்கொண்டு வாழ்வை நுணுகி ஆராயும் கலையே இலக்கியம்.

இவ்வளவு நாள் வாசிப்பிற்குப் புறமுதுகை காட்டியதற்கு ஒரு பிராயச்சித்தம் சொல்கிறேன் என்றேன் அல்லவா? அது செவ்வியல் ஆக்கங்களை வாசிப்பது. அது என்ன செவ்வியல்? க்ளாசிக்ஸ் என்று ஆங்கிலத்தில் சொல்கிறோமே அதுதான் செவ்வியல்.

கிட்டத்தட்ட பதின்பருவத்தின் எல்லையில் நின்றுகொண்டிருக்கும் நீங்கள் வாசிக்க வேண்டியது சிறந்த செவ்வியல் இலக்கியங்களே. செவ்வியல் நூல்களின் வழியாக நீங்கள் இழந்தவை அனைத்தையும் பெற்றுவிட முடியும். உங்கள் வாழ்க்கையை மேலும் அர்த்தச்செறிவு மிக்கதாக, அழகு கூடியதாக மாற்றிவிட முடியும்.

க்ளாசிக் அல்லது செவ்விலக்கியம் என்றால் என்ன? அதன் அடையாளங்கள் என்ன?

செவ்வியல் படைப்பு என்பது ஒரு பண்பாடு அதுவரை திரட்டிக்கொண்ட அறிவு அனைத்தையும் தன்னுடைய மூலப்பொருட்களாகக் கொண்டு உருவாகும். அவற்றைக்கொண்டு புதிய சாத்தியங்களையும் தேடிக்கொண்டே இருக்கும். ஹொய்சாள ஆலயம் போல தனியாகவும், ஒட்டுமொத்தமாகவும், துளித்துளியாகவும் அது அழகாகவே இருக்கும். அதை ரசித்துக்கொண்டே இருக்கலாம்.

காலவர்த்தமான எல்லைகளுக்குட்பட்டதல்ல. அவை அன்றும் இருக்கும், இன்றும் இருக்கும். என்றும் இருக்கும். காலமாற்றத்தினால் பழசாகாது. ஒயினைப் போல மேலும் மேலும் சுவை கூடும். வாழ்நாள் எல்லாம் அதை கற்பனை செய்து விவாதித்து மேலும் மேலுமென விரித்துக்கொண்டே செல்லமுடியும்.

அது சந்தையில் போட்டியிட்டு உங்கள் கவனத்தைக் கோராது. மாறாக சிறந்ததைத் தேடிக் கண்டடையும் ஒருவனுக்காக கைவிடப்பட்ட ஆலயத்தின் கற்சிற்பமென அது காத்திருக்கும். தெருவில் கிடைக்கும் தேங்காய்ப்பால் அல்ல அது. மலை மீது ஏறி எடுக்கவேண்டிய மாங்காய்ப்பால்.

வரலாறும் தத்துவமும் அதற்கு இரண்டு இறக்கைகளைப் போல. நீதி என்றால் என்ன, அறம் என்றால் என்ன, இந்த வாழ்வின் சாராம்சம் என்ன, எது உண்மையான விடுதலை போன்ற அடிப்படையான வினாக்களை எழுப்பிக்கொண்டு அதற்கான விடையை தேடும். பெரும்பாலும் அது மானுட மனதையும், வரலாற்றின் கசப்பையும் பேசும். ஆனாலும் உயர்நகைச்சுவையை தன்னகத்தே கொண்டிருக்கும். கதாபாத்திரங்களை நல்லவன், கெட்டவன் என்று வார்க்காமல் ஒவ்வொருவரின் தரப்பையும் முழு நியாயங்களுடன் முழுமையாக முன்வைக்கும்.

க்ளாசிக்குகளை ஏன் வாசிக்கவேண்டும்?

1. நீங்கள் அறிந்த, நீங்கள் வாழ்ந்துகொண்டிருக்கிற வாழ்க்கையில் அது வெளிச்சத்தை உருவாக்கும். நீங்கள் வழிபடும் தொன்மத்தை, வாழ்க்கைச் சூழலை, வரலாற்றை, உங்கள் பண்பாட்டை முற்றிலும் வேறொரு கோணத்தில் அணுகி அதன் உண்மையான முழுமையை உங்களுக்குக் காட்டும்.

2. நிகர்வாழ்க்கை அனுபவத்தை உருவாக்கும். அழுகை, கண்ணீர், சோகம், தத்தளிப்பு, சிரிப்பு, உவகை எல்லாம் உங்களுக்கும் நிகழும். குளிர்ச்சியை, வெம்மையை உணரமுடியும். என்னுடைய நண்பர்களிடம் நான் வேடிக்கையாக சொல்வேன். இத்தாலி ரஷ்யா அமெரிக்கா

மங்கோலியா பிரான்ஸ் என பல நாடுகளில் பல நூற்றாண்டுகளில் வாழ்ந்திருக்கிறேன் என்பேன். நீங்களும் இங்கிருந்தபடியே பற்பல வாழ்க்கையை வாழமுடியும்.

3. விரிவான புறச்சித்திரங்கள் இருக்கும். அதேயளவிற்கு அக உலகமும் பக்கம் பக்கமாக விரிவாகச் சித்தரிக்கப்படும்.

4. செவ்வியல் நாவல்கள் ஒரு சிறுகதையைப் போல மையத்தை நோக்கி குவிந்து குவிந்து செல்லாது. விரிந்து விரிந்து சென்று மையத்தை மறுவிசாரணை செய்யும்.

5. அது எதையும் நேரடியாகச் சொல்லாது. அப்படிச் சொன்னால் அது ஒரு கருத்து. இலக்கியம் ஆகாது. துப்பறியும் கதையை ஏன் வாசிக்கிறோம். முதல் வரியிலேயே இன்னாரைக் கொலை செய்தது இவர்தான், கொள்ளையடித்தது இவர்தான் என்று பிரசுரித்துவிடலாமா? வாசிக்கும் ஒவ்வொரு பக்கத்திலும் நீங்களும் எழுத்தாளரோடு சேர்ந்து துப்பறிகிறீர்கள் இல்லையா? இலக்கிய வாசிப்பிலும் நீங்களே வாசித்து விடைகளை உருவாக்கிக்கொள்கிறீர்கள். நீங்களே உருவாக்கியதென்பதால் அந்தப் பயணமும் முக்கியமானது. வாழ்நாள் முழுக்க உடன் வரக்கூடியது.

6. உச்சகட்ட தருணங்களைக் கொண்டு, மேலும் மேலும் உச்சத்தை நோக்கிச் செல்லும்.

7. செவ்வியல் நாவலின் பெரும்பான்மையான கதாபாத்திரங்கள் தனித்துவம் மிக்க ஆளுமைகளாகவும், அறிவார்த்தமாகப் பேசுபவர்களாகவும் இருப்பார்கள். அவர்களது பேச்சில் தத்துவச் சாயல் மிகுந்திருக்கும். நாவல் பல குரல்தன்மை கொண்டிருக்கும். ஒன்றையொன்று மறுக்கிற, மோதி முரண்படுகிற எல்லா தரப்பின் குரல்களும் நாவலில் ஒலிக்கும்.

8. நம்மை நாமே அறிந்து கொண்ட நிறைவை செவ்வியல் வாசிப்பு அளிக்கிறது.

9. என்றைற்றுக்குமான மானுட கேள்விகளுக்கான தரிசனத்தை அது அளிக்கிறது. அதை இலக்கியத்தில் விஷன் என்பார்கள்.

எப்படி வாசிக்க வேண்டும்?

1. செவ்வியல் நாவல்களை வாசிக்க சில பயிற்சிகளும், முயற்சிகளும் வேண்டும். முதலில் அது உங்களை மகிழ்விக்க, உங்கள் பொழுதைப் போக்குவதற்காக எழுதப்படவில்லை என்பதை உணர்ந்துகொள்ளவேண்டும். உங்களது வழக்கமான பொழுதுபோக்கு சாதனங்களின் சுவாரஸ்யம் எனும் அம்சத்திற்கு செவ்வியல் நாவல்கள் முன்னுரிமை அளிக்காது. திடீரென உச்சம் அடையும், நடுவில் தொய்வடையும், பல பக்கங்களின் விவரணைகள், உரையாடல்கள், உங்களுக்குத் தேவையற்றதைப் போல தோன்றும். ஆனால், முழுதாக வாசித்து முடிக்கையில்தான் அவை ஒவ்வொன்றுமே இந்நாவலின் தவிர்க்க முடியாத அம்சங்கள் என்பதும், ஒரு ஒட்டுமொத்த முழுமையை உருவாக்கும் பொருட்டு எழுதப்பட்டது என்பதும் புரியும்.

2. முதல் 150 பக்கங்களை எக்காரணம் கொண்டும் நிறுத்தாமல் வாசிக்கவேண்டும். அது மலையேற்றம் போல, உச்சிக்குச் சென்று விட்டால் பிறகு அழகிய காட்சிகள் கிடைக்கும்.

3. நேரம் கிடைத்தால் வாசிப்பேன் என நினைப்பவர்களால் ஒருபோதும் எதையும் வாசிக்கமுடியாது. ஒருநாளின் முதன்மைச் செயல்பாடாக வாசிப்பை வைத்து, அதற்கென நேரம் ஒதுக்கி, முடிந்தமட்டும் ஒரே அமர்வில் வாசிப்பதே முழுமையான அனுபவத்தை அளிக்கும்.

4. படைப்பை உங்களை நோக்கிச் சுருக்கக் கூடாது. அதன் அத்தனை நுட்பங்களையும் அள்ளிக்கொள்ளும் ஆவேசத்துடன் தன்னை முழுமையாக அளித்து வாசிக்கவேண்டும். எவ்விதமான முன் தீர்மானங்களும், பகுத்தறியும் ஆய்வுக் கோணத்தையோ, விமர்சனப் பார்வையையோ முதல் வாசிப்பில் கொடுக்கக் கூடாது. களங்கமற்ற ஒரு வாசகனாகப் பேரிலக்கியங்களுக்கு முன்னால் நிற்பது ஒரு வரம்.

5. ஒரு செவ்வியல் நாவலில் இருந்து இறுதியான கருத்து என நீங்கள் எதையும் உருவாக்கிக்கொள்ள முடியாது. ஏனெனில், உங்கள் கருத்துக்கான எல்லா

எதிர்க்கருத்தையும் நாவலுக்குள்ளேயே அது சொல்லி வைத்திருக்கும்.

6. ஓர் ஆசிரியரைத் தேடி கண்டடைய வேண்டும். சிலருக்கு அது தானே நிகழும்.

7. ஒத்த ஆர்வமுள்ள சகஹிருதயர்களைக் கண்டுபிடிக்கவேண்டும்.

8. அப்படைப்பைப் பற்றிய கட்டுரைகளைத் தேடி வாசித்து, நம்முடைய வாசிப்பு சரிதானா? எதையெல்லாம் தவறவிட்டிருக்கிறோம் என்று சரிபார்க்கவேண்டும்.

9. நாவலை உங்களுக்கு நீங்களே தொகுத்துக்கொள்ளவேண்டும். கதாபாத்திரங்களின் பெயர்களை சம்பவங்களை முடிந்தவரை நினைவில் வைத்துக்கொள்ளவேண்டும்.

10. நீங்கள் வளரும்தோறும் செவ்விலக்கியமும் சேர்ந்து வளரும். வாழ்நாள் முழுக்க கூட வரும். என் நண்பர்கள் சாதாரணமாகப் பேசும்போது கூட செவ்வியல் கதாபாத்திரங்களின் பெயர்களை நினைவூட்டுவதைப் பார்த்திருக்கிறேன். நம்ம கிட்ட சொத்து விற்க வர்றவன் சாதாரண ஆளு இல்ல கரமஸோவ் பிரதர்ஸோட அப்பா மாதிரி நம்மளையே வித்துடுவான் ஜாக்கிரதையா இருக்கணும்; டேய் அவளை என்னால ஏத்துக்கவும் முடியல... மறக்கவும் முடியல.. புத்துயிர்ப்பு நெஹ்லுதவ் மாதிரிதான் என் நிலைமையும் என்றெல்லாம் பேசும்போது எனக்கு ஆச்சர்யமாக இருக்கும். இவையெல்லாம் நாங்கள் பதின் பருவத்தில் இருக்கும்போது வாசித்தவை. இருபதாண்டுகளுக்குப் பிறகு இந்தப்பாத்திரங்கள் எங்களோடு வாழ்ந்துகொண்டிருக்கிறார்கள்.

உங்களுக்காக சில க்ளாசிக் நாவல்களைப் பரிந்துரைக்கலாம் என நினைக்கிறேன். நீங்கள் இவற்றிலிருந்து வாசிப்பைத் தொடரலாம்.

போரும் வாழ்வும் - லியோ டால்ஸ்டாய்
புத்துயிர்ப்பு - லியோ டால்ஸ்டாய்
குற்றமும் தண்டனையும் - தஸ்தாயெவ்ஸ்கி

கரமஸோவ் சகோதரர்கள் - தஸ்தாயெவ்ஸ்கி
மண்ணும் மனிதரும் - சிவராமகாரந்த்
விஷ்ணுபுரம் - ஜெயமோகன்

ஜெயமோகனின் மத்தகம் குறுநாவலை வாசித்த ஈரோட்டு நண்பர்கள், அதன் இயற்கை வர்ணனைக் காட்சிகளில் மயங்கி, நாவலில் யானை நடந்து சென்ற காட்டுப்பாதை வழியே ஒரு பயணம் மேற்கொண்டார்கள். ஆஃப் பீட் டிராவல் அது. பயணத்தை முடித்துவிட்டு ஜெயமோகனை போனில் அழைத்தார்கள். சார் பயணத்தில் அழகிய இயற்கைக் காட்சிகளை ரசித்தோம். ஆனாலும் உங்கள் நாவலில் வரும் அளவிற்கு இல்லையே சார் என்றார்கள். அதற்கு ஜெயமோகன் கலை படைப்பதைக் கடவுளாலும் படைக்க முடியாது என பதில் சொன்னாராம்.

இலக்கியம் கடவுளாலும் படைக்க முடியாத ஒரு உலகை உங்களுக்கே உங்களுக்கான உலகை உருவாக்கியளிக்கிறது. அதில் நீங்கள் திளைக்க வேண்டும் என நான் உங்களை வாழ்த்தி வரவேற்கிறேன். நன்றி, வணக்கம்.

படம் பண்ணனும் சார்!
– ஒரு டீமோட்டிவேஷன் உரை

(சென்னையில் காட்சித் தொடர்பியல் மாணவர்களிடம் ஆற்றிய உரை)

தமிழ்நாட்டில் பிரபலமான எழுத்தாளர் ஒருவர் இருக்கிறார். பெயர் ஜெயமோகன். உங்களுக்கும் தெரியற மாதிரி சொல்வதென்றால், சர்க்கார், எந்திரன் 2, இந்தியன் 2, பொன்னியின் செல்வன் போன்ற படங்களின் திரைக்கதை, வசனம் அவர் எழுதியவை. அவருடனும் நண்பர்களுடனும் சேர்ந்து நாங்கள் நிறைய பயணங்கள் மேற்கொள்வதுண்டு. வரலாற்று முக்கியத்துவம் வாய்ந்த இடங்கள், தொல்லியல் முக்கியத்துவம் வாய்ந்த இடங்கள், சூழியல் முக்கியத்துவம் வாய்ந்த இடங்கள், கலை முக்கியத்துவம் வாய்ந்த பேராலயங்கள் என இந்தியா முழுக்க பயணங்கள் செல்வோம்.

அப்படியாக மத்திய பிரதேசத்தில் இருக்கக் கூடிய பீம்பேத்கா எனும் பாறை வாழிடங்களுக்குச் சென்றிருந்தோம். இந்த இடத்தில் ஒரு லட்சம் ஆண்டுகளுக்கு முன்னர் ஹோமோ எரக்டஸ் மனிதர்கள் வாழ்ந்த தடயங்கள் கண்டுபிடிக்கப்பட்டுள்ளன. சுமார் 30,000 ஆண்டுகளுக்கு முந்தைய பழங்கற்கால ஓவியங்கள் பெருமளவு அங்குள்ளன. நாங்கள் அங்கே சென்று சேர்ந்தபோது ஒரு கல்லூரி மாணவர் தனது பைக் சாவியால் அந்த ஓவியங்களுக்கு இடையே தன்னுடைய பெயரை எழுதிக்கொண்டிருந்தார். ஜெயமோகன் அந்த மாணவரைக் கடிந்துகொண்டார். நான் சொன்னேன். தமிழ்நாட்டில் குமிட்டிபதியிலும் 5000 ஆண்டு பழமையான குகை ஓவியங்களை கீழே கற்களை தீமூட்டி சமைத்து அழித்து வைத்திருக்கிறார்கள். சுற்றியுள்ள பகுதிகளில் உள்ள கல்லூரிகளின் மாணவர்கள் பீர்

அடிக்கும் இடமாக அந்தக் குகையைப் பயன்படுத்துகிறார்கள்.

சாஞ்சி சென்றிருந்தோம். புத்தர் பயன்படுத்திய பொருட்களின் மீது மாமன்னர் அசோகர் எழுப்பிய ஸ்துபி அது. அதன் கும்மட்டத்தின் மீது ஷூ காலால் ஏறி நின்று ஒருவர் செல்ஃபி எடுத்துக்கொண்டிருக்கிறார். பௌத்தர்களால் புனிதமாகக் கருதப்படும் பகுதி என்று பக்கத்திலேயே போர்டு கொட்டை எழுத்தில் வைக்கப்பட்டுள்ளது. ஜெயமோகன் சென்று எச்சரித்த பிறகும் அந்த நபர் அங்கிருந்து காலை எடுக்கவில்லை. தமிழகத்தில் சிற்பக் கலைக்கூடங்களான நமது பேராலயங்களில் இந்த அத்துமீறல்கள் சர்வசாதாரணமாக நிகழ்கின்றன. சிற்பங்களைத் தொடுவது, இசைத் தூண்கள் எனும் மூடநம்பிக்கையில் கல்லைக்கொண்டு அடிப்பது, ஆபாசமான கோணங்களில் செல்ஃபி எடுப்பது.

யானைகள் நடமாடும் அடர்வனப்பகுதிக்குள் அமர்ந்து குடிக்கும் இளைஞர்களை எங்களது பயணத்தில் அடிக்கடி பார்த்திருக்கிறோம். குடித்துவிட்டு விட்டுச் செல்லும் பாட்டில்களை யானைகள் மிதிக்க நேர்ந்தால், பீங்கான் அதன் கால்களுக்குள் சென்றுவிடும். யானைகளின் எடை மிகுந்திருப்பதால், பீங்கான் மிக ஆழத்திற்குள் சென்றுவிடும். கால்கள் சீழ் பிடித்து அழுகி நடமாட முடியாமல் மேய்ச்சலுக்கு செல்ல முடியாமல் யானைகள் பரிதாபமாக உயிரிழக்கும்.

மலைமுகடுகளில் ஏறி சூர்யோதயங்களையும் அஸ்தமனங் களையும் பார்ப்பது எங்கள் வழக்கம். மிக ஸ்பிரிச்சுவலான அனுபவத்தை தரக்கூடியது. வாழ்நாளெல்லாம் உடன் வரக்கூடியது. கர்நாடகத்தின் இரண்டாவது பெரிய சிகரமான குதிரேமுகாம் மீது ஏறிநிற்கிறோம். மேகக்கூட்டங்கள் நம்மை கடந்து செல்கின்றன. அதை நின்று கவனிக்கத்தோன்றாமல் செல்போனில் பாடல்களை ஒலிக்கவிட்டபடியும் ஊளையிட்டபடி இருந்தது ஒரு இளைஞர் குழாம்.

நண்பர்களே, ஏன் வாசிக்க வேண்டும் என்கிற கேள்வியை யாராவது கேட்டால், என்னுடைய உடனடி பதில். பண்பாட்டுச் சுரணையற்ற கூமுட்டையாக இல்லாமல் இருப்பதற்கு வாசித்தாக வேண்டும் என்பேன்.

★

நண்பர்களே ஒரு முழு வேலைநாளின் காலையில் இப்படியொரு உரை நிகழ்ச்சிக்கு ஏற்பாடு செய்திருக்கும் உங்களது நேரமும், உழைப்பும், ஆர்வமும் சாதாரணமானது இல்லை. பொதுவாக கல்லூரிகளில் பேச அழைப்பவர்கள், சீரியஸாவே வேண்டாம் சார்... நல்லா கல கலன்னு பேசுங்க... நிறைய ஜோக் சொல்லி ஸ்டூடண்ட்ஸை எண்டர்டெய்ன்மெண்ட் பண்ணுங்க.. என்பார்கள். நல்லவேளையாக உங்கள் கல்லூரி நிர்வாகம் அப்படியொரு கோரிக்கையை எனக்கு வைக்கவில்லை.

நண்பர்களே சிரிக்கச் சிரிக்கப் பேசி உங்களை எண்டர்டெயின்-மெண்ட் செய்ய யூ ட்யூபிலே ஆயிரக்கணக்கானவர்கள் இருக்கிறார்கள். இங்கே ஓர் வாசகனாக, எழுத்தாளனாக, ஊடகவியலாளனாக, வெற்றிகரமான தொழில்முனைவோனாக நான் வாசித்தும், கேட்டும், அனுபவப்பட்டும் கற்றுக்கொண்ட சில பயனுள்ள டிப்ஸுகளை உங்களிடம் பகிர்ந்து கொள்ள விரும்புகிறேன்.

நான் சொல்கிறவற்றை நீங்கள் ஏற்கலாம், மறுக்கலாம், விவாதிக்கலாம். அவை உங்கள் உரிமை. ஆனால், எனக்குக் கவனமாக நீங்கள் செவி கொடுக்க வேண்டும் என்பதை ஓர் கோரிக்கையாக வைத்துக்கொண்டு தொடர்கிறேன். நீங்கள் நிச்சயம் இங்கே சிரிக்கவரவில்லை. சிந்திக்க வந்திருக்கிறீர்கள் என்பதை நான் உறுதியாக நம்புகிறேன்.

★

தமிழக மக்கள் தொகை சுமார் 8 கோடி. அதில் சுமார் ஒன்றரை கோடி பேர் 'படம் பண்ணனும் சார்'வகையரா. தமிழகத்தில் நீங்கள் சந்திக்கும் மூன்று இளைஞர்களில் ஒருவர் 'படம் பண்ணனும் சார்' என்பார். சென்னையில் நீங்கள் சந்திக்கும் இரண்டு மனிதர்களில் ஒருவருக்கு நிச்சயம் ஆழத்தில் சினிமா எண்ணம் இருக்கும். எங்கு திரும்பினாலும் படம் பண்ணனும் சார்.

ஏன் தம்பி பண்ணனும்? அதுதான் சார் கெத்து. எங்க ஊரையே திரும்பி பார்க்க வைக்கணும், எங்க ஏரியாவுல நான் யாருன்னு காட்டணும், எங்க அப்பாவுக்கு என்னை நிரூபிக்கனும் சார் என்பவர்கள் ஒருவகை.

பயங்கரமா பாப்புலர் ஆகணும் சார். சினிமாவுலதான் கோடி கோடியா சம்பாதிக்க முடியும் சார். என்னை ஒருத்தி ஸ்கூல்ல வேண்டாம்னு சொல்லிட்டா சார். அவள் என்னைப் பார்த்து வாழ்நாள் முழுக்க பொறாமை படணும் சார்.

இப்படி கெத்துக்காக, சமூக ஏற்புக்காக, புகழுக்காக, பணத்துக்காக சினிமாவில் இருக்கவேண்டுமென நினைப்பவர்கள்தான் அதிகம். எப்போதேனும் அரிதாக, மிக அரிதாகத்தான் நான் விரும்பும் வாழ்க்கையை திரையில் காட்டவேண்டும். என் பண்பாட்டிற்குத் திரைவடிவம் கொடுக்கவேண்டும் என்றோ, நான் கலைஞன், என்னை வெளிப்படுத்த நான் சினிமாவில் இருக்கவேண்டும், வென்றாலும் தோற்றாலும் அதற்காகத்தான் நான் பிறந்திருக்கிறேன் என்று சொல்லக்கூடிய தீவிரத்தன்மை கொண்டவர்களை நான் காண்கிறேன்.

படம் பண்ணனும் சார் கோஷ்டிகளைப் பார்த்து நான் எப்போதும் கேட்கிற கேள்வி ஒன்றுதான். உனக்கு வாழ்க்கை தெரியுமா? ஏதேனும் வாழ்பனுபவம் உண்டா? எதையேனும் வாசித்தறிந்திருக்கிறாயா? இந்த பண்பாட்டைப் பற்றி, வரலாற்றைப் பற்றி, இரண்டாயிரமாண்டுகளாக இம்மண்ணில் எழுதப்படும் இலக்கியங்களைப் பற்றி, நாட்டாரியலைப் பற்றி, அறிவியலைப் பற்றி, ஒடுக்கப்பட்டு விளிம்பு நிலைக்குத் தள்ளப்பட்டவர்களைப் பற்றி? சரி சினிமாவைப் பற்றித்தான் என்ன தெரியும்? ஒரு மயிரும் தெரியாத நீ எடுக்கும் சினிமாவை நான் எதற்காக என் கைப்பணத்தைக் கொடுத்து, நேரத்தைக் கொடுத்து, உழைப்பைக் கொடுத்துப் பார்க்கவேண்டும்?

ஒருவன் பாடகன் ஆகவேண்டுமெனில் 5 வயதில் கலையை கற்றுக்கொள்ள ஆரம்பித்திருக்கவேண்டும். தன்னுடைய மொத்த வாழ்க்கையையும் சங்கீதத்தில் அர்ப்பணித்து ஒவ்வொரு நாளும் சாதகம் செய்தால் 40 வயதிற்கு மேல் அவன் யாரென்று அறியப்படுவான். ஒரு பரதநாட்டியக் கலைஞன் குறைந்தது 25 வருடங்கள் பயிற்சி எடுக்க வேண்டும். ஓவியன், எழுத்தாளன், சிற்பி என எந்தக் கலைக்கும் ஆயுளையே, குருதியின் ஒரு பகுதியை, தன் தலையைக் கொடுக்கும் தீவிரம் வேண்டும். ஆனால் 'படம் பண்ணனும் சார்' கோஷ்டிக்கு 50 படங்களைப் பார்த்திருந்தாலே இந்த நம்பிக்கை வந்துவிடுகிறது.

என்ன இது இவரு டீமோட்டிவேட் பண்ற மாதிரி பேசறாரேன்னு உங்களுக்குச் சந்தேகம் வரலாம்; சந்தேகமே வரக்கூடாது. டீமோட்டிவேட்தான் பண்றேன். கொஞ்சம் யோசித்துப் பாருங்கள். நான்கைந்து கதைகளை வைத்துக்கொண்டு அதே ஃபார்மட்டில் நூறு வருடங்களாக இங்கே திரைப்படங்கள் எடுக்கப்பட்டு வருகிறது. ஓரிரு விதிவிலக்குகள் இருக்கலாம். குப்பையான மசாலா படங்களை எடுத்து, நடித்து, இயக்கி தங்கள் வாழ்வை வளமாக்கிக்கொள்ளலாம் என கோடிக்கணக்கான பேர் இங்கே முட்டிக்கொண்டு இருக்கிறார்கள்.

இது லட்சக்கணக்கான, கோடிக்கணக்கான சராசரிகள் செல்லும் பாதை. கேளிக்கைகளைத் துறந்து, இரவு பகலாகப் படித்து, உங்களுக்காக உங்கள் அப்பா அம்மாவும் கடுமையாக உழைத்து அவர்களும் தூங்காமல் கண்விழித்து, கோவில் கோவிலாக சென்று வேண்டிக்கொண்டதெல்லாம் - இந்த சராசரியான வாழ்க்கையை வாழ்வதற்காகவா?

சினிமாவில் அல்லது மீடியாவில் இருக்கவேண்டுமெனும் உங்கள் நோக்கம் வெறுமனே புகழுக்காக அல்லது பணத்திற்காக என்று சுருங்கிவிட வேண்டியதில்லை. அது சராசரிகளின் பாதை.

பால் விற்றும் பணம் சம்பாதிக்கலாம், சாராயம் விற்றும் பணம் சம்பாதிக்கலாம். நீங்கள் எதை விற்கப் போகிறீர்கள்? உண்மையில் சாராயத்தை விட அதிகம் விற்பனையாவதும், லாபம் தருவதும் பால்தான் என்கிற அறிவாவது வளர்த்துக்கொள்ளவேண்டாமா? நாம் எல்லாருமே நடுத்தர குடும்பங்களில் இருந்துதானே கிளம்பி வந்திருக்கிறோம். வசதியான ஒரு வாழ்க்கைக்காக ஏன் இழிவான செயல்களைச் செய்யவேண்டும்?

நீங்கள் ஏன் சினிமாவில் இருக்கவேண்டுமெனும் கேள்விக்கான விடை உங்களுக்கு இப்போது தெரியாமல் இருக்கலாம். அதை வாசிப்பில் தேடுங்கள். உங்கள் வாழ்வும், படமும் பயன்பெறும்.

நன்றி வணக்கம்.

நுழைவுத் தேர்வு அச்சத்தை எதிர்கொள்ளும் பெற்றோர்கள், மாணவர்கள்

(பரமக்குடி மவுண்ட் லிட்ரா பள்ளியில் ஆற்றிய உரை)

மாணவ நண்பர்களே, பெற்றோர்களே, ஆசிரியர்களே,

பரமக்குடிக்குக்கு நான் வருவது மூன்றாவது முறை. என்னுடைய ஆசிரியர் கமல்ஹாசன் இல்லாமல் வருவது இதுதான் முதல்முறை. தமிழக வரலாற்றில் இந்த ஊருக்கு அழியாப் புகழைப் பெற்றுத் தந்த நம் காலத்து நாயகனிடம் இருந்தே இந்த உரையைத் தொடங்கலாமென நினைக்கிறேன்.

68 வயதில் விக்ரம் எனும் வெற்றிப்படத்தில் அகில இந்தியாவையும் திரும்பிப் பார்க்கச் செய்தவர். இந்திய சினிமாவின் பெருமைமிகு அடையாளங்களுள் ஒருவரான கமல் பள்ளிப்படிப்பை பாதியில் முடித்தவர். ஆனால், அதை ஒரு பெருமையாகக் கருதுகிறவர் இல்லை. தொடர்ச்சியான திறன் மேம்பாட்டில் அசராத நம்பிக்கையுடையவர். அதன் அடையாளமாகவே திகழ்கிறார். இந்த வயதிலும் தன்னையும், தன் திறன்களையும் மேம்படுத்திக்கொள்ள தவறுவதே இல்லை. எப்போதும் கற்றுக்கொள்ளவும் கற்றுத்தரவும் தயாராக இருக்கும் அந்த ஆசிரியனை மானசீகமான வணங்கி உரையைத் தொடங்குகிறேன்.

உங்களையெல்லாம் இன்று அழுத்துகிற ஒரே விஷயம் கூடுதல் மதிப்பெண்கள். ஏன் கூடுதல் மதிப்பெண்கள் தேவை? என்ன சார் கேள்வி இது? நிறைய மதிப்பெண்கள் இருந்தால்தான் நுழைவுத்தேர்வு எழுதி வெல்ல முடியும். ஏன் நுழைவுத்தேர்வு எழுதவேண்டும்? ஏனெனில், நுழைவுத்தேர்வில் வென்றால்தான், மருத்துவம் படிக்கலாம். ஐஐடி போன்ற சிறந்த கல்வி நிலையங்களில் பொறியியல் படிக்கலாம். வெளிநாட்டு கல்விக்கூடங்களில் படிக்க முடியும்.

சரி, ஏன் சிறந்த கல்விநிலையங்களில் படிக்கவேண்டும்?

என்ன சார் கேள்வி இது? அப்பத்தானே கேம்பஸ் இண்டர்வியூவில் செலக்ட் ஆகி பெரிய நிறுவனங்களில் வேலைக்குச் சேர்ந்து கைநிறைய சம்பாதிக்க முடியும்.

வெரிகுட். நல்ல வேலைக்குப் போக வேண்டும். கைநிறைய சம்பாதிக்க வேண்டும். பெரிய வீடு கட்ட வேண்டும். நல்ல கார் வாங்க வேண்டும். அப்பா அம்மாவை வெளிநாடுகளுக்கு கூட்டிச் செல்லவேண்டும். அப்புறம்?

இது லட்சக்கணக்கான, கோடிக்கணக்கான மனிதர்கள் வாழும் சராசரி வாழ்க்கை. இந்த சராசரி வாழ்க்கையை மட்டும் வாழ்வதற்காகவா கேளிக்கைகளைத் துறந்து, இரவு பகலாகப் படித்து, உங்களுக்காக உங்கள் அப்பா அம்மாவும் கடுமையாக உழைத்து இரவுகளில் அவர்களும் தூங்காமல் கண்விழித்து, கோவில் கோவிலாகச் சென்று வேண்டிக்கொண்டதெல்லாம் - இந்த சராசரியான வாழ்க்கையை வாழ்வதற்காகவா?

நுழைவுத்தேர்வுகளைப் பற்றிப் பேசவும் பயிற்சியளிக்கவும் சரியான நபர்கள் கல்வியாளர்கள்தான். எழுத்தாளன் பல்வேறு அறிவுத்துறைகளோடு பரிச்சயம் கொண்டவன், பல வாழ்பனுபவங்கள் கொண்டிருப்பவன், நுண்ணிய அவதானிப்பும் துல்லிய வெளிப்பாடும் கொண்டிருப்பவன். ஆகவே, இளம்தலைமுறை தன் எதிர்காலத்தை தீர்மானிப்பதைப் பற்றி சொல்ல ஒரு அடிப்படைத் தகுதி எழுத்தாளனுக்கு உண்டு.

நான் சொல்கிறவற்றை நீங்கள் ஏற்கலாம், மறுக்கலாம்,

விவாதிக்கலாம். அவை உங்கள் உரிமை. ஆனால், எனக்குக் கவனமாக நீங்கள் செவி கொடுக்க வேண்டும் என்பதை ஓர் கோரிக்கையாக வைத்துக்கொண்டு தொடர்கிறேன்.

போலவே, இங்கே ஆறாம் வகுப்பு முதல் பயிலும் குழந்தைகள் உள்ளனர். இந்தப் பேச்சில் உள்ள பல விஷயங்கள் உங்களுக்கு இப்போது புரியாமல் இருக்கலாம். நான் சொல்கிற சில வார்த்தைகள் புதிதாக இருக்கலாம். ஆனால் லூயிஸ் ஹே என்கிற பிரபலமான எழுத்தாளர் சொல்கிறார் நீங்கள் வெறுமனே நல்ல விஷயங்களுக்கு காது கொடுங்கள். அது உங்கள் ஆழ்மனதிற்குள் சென்று விடும். தேவையான தருணத்தில், அது மேலெழுந்து வந்து உதவும்.

திரும்பவும் பேச்சின் மையத்திற்கு வருகிறேன்.

நிறைய மதிப்பெண்கள் பெறவேண்டும் எனும் உங்கள் நோக்கம் வெறுமனே ஒரு வேலையை தேடிக்கொள்வதற்காக என்று சுருங்கிவிட வேண்டியதில்லை. அது சராசரிகளின் பாதை. சாமான்யர்கள் சென்று உருவான வழித்தடம்.

உங்கள் ஒவ்வொருவருக்கும் ஒரு திறமை இருக்கிறது. சிலருக்கு அறிவியல் நன்றாக வரும். சிலருக்கு கணிதம். சிலருக்கு ஆங்கிலம். சிலருக்கு நடனம். சிலருக்கு பாட்டு. சிலருக்கு கவிதை. சிலருக்கு சமையல்.

இயற்கை அல்லது இறைவன் நம் ஒவ்வொருவருக்கும் ஒரு திறமையை அளித்திருப்பது ஒரு உயர்ந்த நோக்கத்தின் பொருட்டுத்தான். பெரிய காரியங்களை நிறைவேற்ற வேண்டும் என்பதற்காகத்தான். உங்களுக்கு அளிக்கப்பட்டுள்ள திறமை ஒரு தங்கக் கலப்பையைப் போல அதை கேழ்வரகுக்காக உழுது பாழ்படுத்த வேண்டியதில்லை.

உதாரணமாக இயற்கை எனக்கு எழுதும் ஆற்றலைக் கொடுத்திருப்பது ஓர் உயர்ந்த நோக்கத்தின் பொருட்டு. அது என்ன என்பதைக் கண்டறிந்து அந்தப் பெருங்காரியத்தை நிறைவேற்றுவதே என் சுதர்மம்.

வெறும் பணத்துக்காக செய்கிற எந்த முயற்சியும் பெரிய வெற்றிகளைப் பெற முடியாது.

உங்கள் கனவு பெரியதாக இருந்தால், உழைப்பு அதை விட பெரியதாக இருக்கவேண்டுமென கற்றுக்கொடுக்கப்பட்டு வளர்ந்த தலைமுறையைச் சேர்ந்தவன் நான். உங்களிடம் உழைப்பு பெரிதாக இருக்கிறது, கனவு சிறிதாக இருந்துவிடக் கூடாது.

அறிவுத்துறையில் இந்தியாவின் பங்களிப்பு:

கடந்த ஐம்பதாண்டுகளில் உலகையே புரட்டிப்போடுகிற எந்தக் கண்டுபிடிப்பும் இந்தியர்களிடம் இருந்து வந்ததில்லை. மருத்துவத்தில், விஞ்ஞானத்தில், சிந்தனையில், தத்துவத்தில், கலையில், சினிமாவில் எந்த பெரிய சாதனையும் படைத்ததில்லை.

நோபல், புக்கர், புலிட்ஸர், ஆஸ்கார் என்று உலகின் மிகப்பெரிய விருதுகளை சொற்ப இந்தியர்களே வென்றிருக்கிறார்கள். அதிலும் பெரும்பான்மையானவர்கள் இந்திய வம்சாவளியினர்தானே தவிர, இந்தியர்கள் அல்ல.

இன்று நீங்கள் அன்றாடம் உபயோகிக்கும் தொழில்நுட்பக் கருவிகளில் ஒன்றுகூட இந்தியர்கள் கண்டுபிடித்தது இல்லை.

கோவிட் தொற்றால் உலகமே தவித்தது. அதைக் கண்டுபிடிக்கும் கிட், டெம்டெசிவர், தடுப்பூசி எதுவுமே நாம் கண்டுபிடித்தது இல்லை. ஆழ்துளைக் கிணறுக்குள் விழும் குழந்தைகளை நம்மால் உயிரோடு மீட்க முடிவதில்லை. இன்னமும் பாதாள சாக்கடைக்குள் மனிதர்கள் இறங்கி தங்கள் உயிரை இழக்கிறார்கள்.

உலகின் பல நிறுவனங்களில் இந்தியர்கள் சி.ஈ.ஓக்களாக இருக்கிறார்கள் என்பதில் பெருமைப்பட்டுக்கொள்கிறோம். உலகமெங்கும் இந்தியர்கள் பரவி மென்பொருள் துறையில் பணியாற்றுகிறார்கள் என்பதில் புளகாங்கிதம் அடைகிறோம். கொஞ்சம் யோசித்துப் பாருங்கள். இந்த நிறுவனங்களில் எல்லாம், இந்தியர்கள் ஊழியர்களாக இருக்கிறார்கள். அதாவது கட்டளை இடுபவர்களாக அல்ல. பிறர் இடும் ஆணைகளை நிறைவேற்றும் ஓர் ஊழியனாக.

அப்படியானால் ஏன் பெரிய கல்வி நிறுவனங்களில் படிக்க வேண்டும்?

என் அருமை மாணவர்களே, நீங்கள் திறமை மிக்கவர்கள். இந்த உலகத்தின் எந்த மூலையில் உள்ளனோடு ஒப்புநோக்கினாலும் நான் அறிவில் அவனை விட ஒரு துளி கூட குறைந்தவனில்லை என்பதை நிரூபிக்க நீங்கள் இத்தகு பெரிய நிறுவனங்களில் படிக்க வேண்டும்.

உங்கள் துறை கலை, அறிவியல், விஞ்ஞானம், ஆராய்ச்சி, பொறியியல், சமையல் என என்னவாக வேண்டுமானாலும் இருக்கலாம். அந்தத் துறையில் முதன்மையானவராக, வருவதற்கு பெரிய நிறுவனங்களில் படிக்க வேண்டும்.

ஆணையை நிறைவேற்றுபவர்களாக அல்லாமல், ஆணையிடுபவர்களாக மாறுவதற்கு, விதியே என வாழ்பவர்களாக அல்லாமல், விதி சமைப்பவர்களாக மாறுவதற்கு, உங்கள் சொல்லால், செயலால், சிந்தனையால், உழைப்பால் மானுடத்திற்குப் பயனுற வாழ்வதற்கு இத்தகைய பெரிய கல்வி நிறுவனங்கள் உங்களுக்கு உதவக்கூடும்.

பர்ப்பஸ் அல்லது நோக்கத்தின் வலிமை:

நோக்கத்தின் வலிமையைப் பற்றி புரிந்துகொள்ள ஒரு உதாரணம் சொல்கிறேன், கடையில் ஒரு குயர் நோட்டு வாங்கிகொள்ளுங்கள். பஜாரில் இருக்கும் கடைகளில் ஏறி இறங்கி ஐயா நான் தினமும் ஸ்கூலுக்குப் போயிட்டு வர்றதுக்கு ஒரு கார் வாங்க ஆசைப்படறேன். நீங்க ஹெல்ப் பண்ணுங்க என்று 100 பேரிடம் கேளுங்கள் ஒருவர் கூட உதவமாட்டார்.

நான் படிக்கணும் உதவி பண்ணுங்க என்று கேட்டால் 10 பேர் பணம் தருவார்கள். ஒரு அன்னதானம் பண்ணப்போறேன் என கேட்டால் 50 பேர் தருவார்கள். ஒரு கோவில் கட்டப்போறேன் என கேட்டால் 90 பேர் தருவார்கள். என்ன வித்தியாசம்? எனக்கு ஒரு கார் வேணும் என்றால் பணம் தரமாட்டார்கள், கோவில் கட்டப்போகிறேன் என்றால் ஏன் தருகிறார்கள்? ஏனெனில், நோக்கம். பர்பஸ். நோக்கம் சரியாக இருந்தால், பர்பஸ் சரியாக இருந்தால், உலகமே உங்கள் உங்கள் பின்னால் அணிவகுக்கும். உங்கள் எண்ணம் வெற்றி பெற உதவும்.

இதே ராமேஸ்வரத்தில் அப்துல்கலாமிடம் சுவாமி சித்பவானந்தர்

சொன்ன ஆப்த வாக்கியம் உங்களுக்கும் சொல்கிறேன் ‘உங்கள் மனதில் தோன்றி வலுவடைந்த ஆசை நிச்சயம் ஒருநாள் நிறைவேறும்’

உங்கள் கனவுகளை, நீங்கள் திட்டமிட்டு இருக்கிற காரியங்களை ஒருபோதும் வெளியே சொல்லாதீர்கள். அதற்கு கிடைக்கும் உடனடி சமூக ஏற்பே பாதி நிறைவேறிய எண்ணத்தை தந்துவிடும். அது உங்கள் பயணத்தை வலுவிழக்கச் செய்யக் கூடும்.

உங்கள் லட்சியத்தை, விருப்பத்தை, கனவை, இலக்கை - அது எப்படி பட்டதாக இருந்தாலும் தெளிவாக துல்லியமாக கையால் எழுதி வைத்துக்கொள்ளுங்கள். அதை ஒவ்வொரு நாளும் வாசியுங்கள்.

உங்கள் கனவுகளும் இலக்குகளும் மாறலாம். என் மகள் இளவெயினி 5 வயதிருக்கும்போது உலகின் மிகச்சிறந்த பரதநாட்டிய கலைஞராக வேண்டும் என்றாள். 7 வயதில் டாக்டர் என்றாள். 9 வயதில் ரைட்டர் என்றாள். இப்போது 11 வயதில் ஆர்க்கியாலஜிஸ்டாக வேண்டும் என்றாள். எனக்கு இளமையில் ராணுவத்தில் சேரவேண்டுமென கனவு இருந்தது. அப்போதுதான் துப்பாக்கியோடு புழங்க முடியுமென. ஆனால், 14 அல்லது 15 வயதில் உறுதியாகத் தெரிந்துவிட்டது நான் ஒரு பேச்சாளனாகவும் எழுத்தாளனாகவும்தான் ஆகப்போகிறேன் என்று. பிழைப்புக்காக வெவ்வேறு வேலைகளைப் பார்த்தாலும், அந்தக் கனவை நோக்கித்தான் மெல்ல மெல்ல முன்னேறிக் கொண்டிருந்திருக்கிறேன். 37 வயதில் என்னை ஒரு முழுநேர எழுத்தாளனாக, பேச்சாளனாக அறிவித்துக்கொண்டபோதுதான் அதை உணர்ந்தேன். மனதில் தோன்றி வலுவடைந்த ஆசை நிச்சயம் ஒருநாள் நிறைவேறும் என சித்பவானந்தர் சொன்னது எவ்வளவு பெரிய உண்மை என்பதை உணர்ந்துகொண்டேன்.

பெற்றோரின் கடமையும் பொறுப்பும்:

இங்கே கூடியிருக்கிற பெற்றோர்களிடம் நான் சொல்வதற்கு சிலவை உண்டு. உங்கள் பிள்ளையின் ஸ்வதர்மம் அல்லது தன்னறம் எதுவென்பதைக் கண்டுபிடிக்க உதவுங்கள். அந்தப்

பாதையில் செல்ல உதவுங்கள். அது என்ன சார் சவர்மான்னு கேக்கறீங்களா? ஷவர்மா இல்லை ஸ்வதர்மா.

நம் மண்ணில் விளைந்த கீதை போன்ற தத்துவ நூல்கள், சோதிடம் போன்ற சாஸ்திர நூல்களின் ஆதார நோக்கமே ஒரு மனிதனின் ஸ்வதர்மம் என்ன என்பதைக் கண்டடையவும் அதில் முழு ஆற்றலுடன் அர்ப்பணிப்புடனும் செயல்பட்டு தன் பிறவி நோக்கத்தை நிறைவேற்ற உதவுவதுதான். இது ஒரு மதத்தின் கருத்தல்ல. இது இந்திய தரிசனம். இம்மண்ணின் தரிசனம். ஆகவே உங்கள் ஒவ்வொருவருக்கும் உரியது.

உங்கள் பிள்ளைக்கு ஒரு திறமை இருப்பதைக் கண்டறிந்தால், அதனால் அவன் வாழ்வே அழிந்துவிடும் என நினைக்காதீர்கள். அந்தத் திறமையை வளர்த்துக்கொள்வதற்கும், அதைக் கொண்டு மிகப்பெரிய காரியங்களை நிகழ்த்துவதற்கும் உரிய வசதிகளைச் செய்துகொடுங்கள். தன்னுடைய உழைப்பினாலும், விடாமுயற்சியாலும் அந்தத் துறையில் உலகின் முதன்மையானவனாக வருவதற்கு உரிய அனைத்து விதமான அறிவையும் கொடுங்கள். அவையத்து முந்தியிருக்கச் செய்தல் என்பது லட்சக்கணக்கில் ரசீதற்ற நன்கொடை கொடுத்து கல்லூரியில் சீட் வாங்கிக்கொடுப்பதல்ல. அறிவால் இந்த உலகத்தின் எந்த மூலையில் இருப்பவனை விடவும் நான் ஒருதுளி குறைந்தவன் இல்லை எனும் நிமிர்வை உங்கள் குழந்தைக்கு உருவாக்கிக்கொடுப்பது.

நான்கு வகை பெற்றோர்கள் காணக்கிடைக்கிறார்கள்.

எனக்குப் பிறந்தது பிள்ளை அல்ல; அவதாரம். என் வாழ்க்கையே அந்த ஏஜமானனுக்கு அடிமையாய், அடியேன் எளியேன் நாயேன் கடையேன் என சேவை செய்யத்தான் என்றொரு வகை பெற்றோர்.

இவன் என் மகன். என் சொத்து. இவன் மேல் நான் முதலீடு செய்திருக்கிறேன். இவன் நான் சொல்லும்படிதான் நடந்துகொள்ள வேண்டும் என்று தனது கனவுகளை, ஆசைகளை, அபிலாஷைகளைப் பிள்ளைகள் மீது திணிப்பவர்கள் ஒரு வகை பெற்றோர்.

பிள்ளைகளைத் தங்களுக்குச் சமமாக மதித்து மரியாதையோடும் பொறுப்புணர்ச்சியோடும் நடத்தும் பெற்றோர் ஒருவகை.

என் பிள்ளைக்கும் எனக்கும் எந்த சம்பந்தமும் கிடையாது. அவனுக்கு அவன் வழி. எனக்கு என் வழி. பெத்துட்டேன்னு வளக்கறேன்.. பொறந்துட்டேன்னு அவனும் வளர்றான். இது நான்காவது வகை.

தத்துவ ஞானி ஓஷோ குழந்தை வளர்ப்பு பற்றி பேசிய உரைகள் தமிழில் 'புதிய குழந்தை' எனும் பெயரில் மொழிபெயர்க்கப்பட்டுள்ளது. மிகச்சிறிய நூல். மிக அருமையானது. வாய்ப்பு உள்ளவர்கள் அவசியம் அதை வாசியுங்கள்.

உங்கள் குழந்தைகள் எல்லாம் உங்கள் குழந்தைகள் அல்ல. அவர்கள் உங்கள் வழியாகப் பூமிக்கு வந்தவர்கள். அவ்வளவுதான். அவர்கள் உங்கள் உடமை அல்ல. தனித்த ஆளுமையும், சிந்தனையும், தேர்வும், ரசனையும் உள்ளவர்கள். இந்தப் பூமிக்குச் சொந்தமானவர்கள். நீங்கள் உங்கள் குழந்தைகளுக்கு ஏதாவது செய்ய நினைத்தால், தயவு செய்து தயவு செய்து அதன் விஷயங்களில் தலையிடாதீருங்கள் என்கிறார் ஓஷோ.

என்னது குழந்தைகளின் விஷயத்தில் தலையிடாதிருப்பதா? சுத்த பைத்தியக்காரத்தனம். சின்னபிள்ளைக்கு என்ன தெரியும். அவன் இஷ்டத்தில் விட்டால் மனம்போன போக்கில் போய்விடுவான் என்கிறீர்களா?

உங்கள் பிள்ளைக்கு முடிவெடுக்கக் கற்றுக்கொடுங்கள். முடிவை நீங்கள் எடுக்காதீர்கள். இன்னும் எளிமையாகச் சொல்கிறேன். சிந்திக்கக் கற்றுக்கொடுங்கள். உங்கள் சிந்தனைகளைக் கொடுக்காதீர்கள். ஒரு முடிவை எடுப்பதற்கு உரிய வழிமுறைகளை, தர்க்கங்களை அதாவது லாஜிக்கை கற்றுக்கொடுங்கள்.

★

என்னுடைய இரண்டாவது டிப்ஸ். தயவு செய்து சர்வாதிகாரியாக இருக்காதீர்கள். நாட்டில் எதிர்பார்க்கும் ஜனநாயகத்தை வீட்டில் செயல்படுத்துங்கள்.

இதைச் செய்; அதைச் செய்யாதே என கட்டளைகளைப் பிறப்பிப்பது. பிள்ளைகள் அதை மீறினால், கடுமையாக தண்டிப்பது இந்த இரண்டினாலும் எந்தப் பயனும் இல்லை. நீங்கள் சர்வாதிகாரமாக தடை செய்யும் ஒன்றை பிள்ளைகள் ரகசியமாக முயன்று பார்ப்பார்கள்.

இன்னின்ன காரணங்களுக்காக இதை நீ செய்தாக வேண்டும், இன்னின்ன காரணங்களுக்காக நீ இதைச் செய்யக் கூடாது என தெளிவாக விளக்குங்கள். அதில் பிள்ளைகளுக்கு ஏதாவது மாற்றுக்கருத்து இருந்தால், அதற்குப் பொறுமையாக செவி கொடுங்கள்.

எங்க.. எனக்கு இதுதான் வேலையா... இத்தச்சோடு பையனுக்கு நான் ஒவ்வொன்னா வெளக்கணுமா என்றால். ஆமாம் விளக்கித்தான் ஆகவேண்டும். ஆபிஸில் மேலாளரிடம் காட்டும் பொறுமையை, வியாபாரத்தில் வாடிக்கையாளரிடம் காட்டும் பொறுமையை பெற்ற பிள்ளைகளிடம் காட்ட மாட்டீர்களா? சமயங்களில் பரஸ்பரம் இருதரப்பும் எரிச்சலடையலாம். ஆனால், கூடுமானவரை ரெஸ்பெக்டபிள் மேனரில் கம்யூனிகேசன் இருப்பதே நல்ல குடும்பத்தின் அடையாளம்.

லூயிஸ் ஹே எழுதிய 'யூ கேன் ஹீல் யுவர் லைஃப்' 50 மில்லியன்களுக்கும் அதிகமாக விற்பனையான புத்தகம். நமது சிந்தனைதான் நமது மனநிலை, உடல்நிலை, வாழ்க்கை வெற்றி ஆகியவற்றைத் தீர்மானிக்கிறது. நேர்மறை சிந்தனை மூலம் உடல் நோய்களைக் குணப்படுத்தலாம் என்பதை லூயிஸ் ஹே கண்டறிந்தார். தனக்கு ஏற்பட்ட கர்ப்பப்பை புற்றுநோயை சுயமாக சொஸ்தப்படுத்திக்கொண்டார். அவர் வலுவாக வாதிடும் உண்மை ஒன்றுண்டு. "சிறுவயதில் ஏற்படும் அனுபவங்களே சிந்தனையைத் தீர்மானிக்கின்றன. சிந்தனைகளே ஒருவனின் வாழ்க்கையைத் தீர்மானிக்கின்றன. மோசமான அனுபவத்தை சிறுவயதில் எதிர்கொண்டவர்கள், வாழ்நாள் முழுக்க துயரடைகிறார்கள். உங்கள் பிள்ளைகளின் இளவயது இனிமையான அனுபவங்களால் நிரம்பியிருக்க உதவுங்கள்.

★

உங்களில் சிலருக்கு உங்கள் குழந்தையை டாக்டராக்க வேண்டும், எஞ்சினியர் ஆக்கவேண்டும், ஐஏஎஸ் ஆக்கவேண்டும், விஞ்ஞானி ஆக்கவேண்டும், தொழிலதிபர் ஆக்கவேண்டும், மிகப்பெரிய ஹீரோ ஆக்கவேண்டும் என்றெல்லாம் கனவுகள் இருக்கலாம். இலட்சியம் இருக்கலாம். இருந்துவிட்டுப் போகட்டும்.

ஆனால் அவற்றுக்கு முன்னால்,

என் குழந்தை வாழ்நாள் முழுக்க மகிழ்ச்சியாக வாழவேண்டும். தன்னை மகிழ்ச்சியாக வைத்திருப்பது எப்படி என்று அவனுக்கு கற்றுக்கொடுப்பேன்.

என் குழந்தை பண்பு நலன்களும், குண மேன்மையும் மிக்கவனாக இருக்கவேண்டும். அவன் வாழும் சூழலில் அனைவரது பிரியத்திற்குரியவனாக அவன் இருக்க வேண்டும்.

என் குழந்தை ஆரோக்கியமாக நீண்ட ஆயுள் வாழவேண்டும். அதற்குரிய உணவுமுறை வாழ்க்கை முறையை நான் கற்றுக்கொடுப்பேன்.

விதிகளை மீறாமல் இருக்கவும், சட்டத்திற்குக் கட்டுப்பட்டு வாழவும், தன் உழைப்பில் திறமையில் முன்னேறவும் அவனுக்குக் கற்றுக்கொடுப்பேன். இதை நான்தான் செய்தேன் என பொதுவெளியில் ஒப்புக்கொள்ள முடியாத காரியங்களைச் செய்யாதவனாக, பிறிதொருவனின் துன்பத்திற்கு அவன் ஒருபோதும் காரணமாகி விடாதவனாக வளர்ப்பேன்.

கலை, இலக்கியம், பண்பாடு, வரலாறு, தத்துவம் என ஏதேனும் ஒருதுறையில் ஆர்வம் மிக்கவனாகவும், தனது துறையில் மிகப்பெரிய அறிஞனாக, இந்த உலகின் எந்த மூலையில் இருப்பவனோடும் அறிவில் குறைந்தவனாக இல்லாதிருக்கும்படியும் வளர்ப்பேன். ஆகிய உறுதிமொழிகளையும் சேர்த்துக்கொள்ளுங்கள்.

★

உங்கள் பிள்ளைகளுக்கு மலினமான ரசனையை ஊட்டி வளர்க்காதிருங்கள். இதன் பொருள் கேளிக்கையே கூடாதென்பதல்ல. இரண்டிற்கும் வேறுபாடு உண்டு. சித்தாடை

கட்டிக்கிட்டு பாடலுக்கும் ஊஞ்சொல்றீயா மாமா ஊ ஊ சொல்றீயா பாடலுக்கும் உள்ள வித்தியாசம் நான் விளக்காமலே உங்களுக்குப் புரியுமென நம்புகிறேன்.

தரமற்ற சினிமா, தரமற்ற சீரியல், ஆபாசமான பாடல்கள், கீழ்மை மிகுந்த நண்பர்கள், பணவிரய பொழுதுபோக்குகள் ஆகியவற்றை வீட்டிற்குள் எடுத்துவராமல் இருப்பதே பிள்ளைகளுக்குச் செய்யும் பேருதவியாக இருக்கக் கூடும்.

★

லக்ஷுரிக்கும் அனுபவத்திற்கும் உள்ள வேறுபாட்டை புரிந்துகொள்ளவேண்டும். பெரிய ஷாப்பிங் மால்களில் திரிந்து பொருட்களை வாங்கிக்குவிப்பது, ரிசார்ட்டுகளில் தங்கி இருப்பது, வெளிநாடுகளுக்குச் சுற்றுலா செல்வது, விலை உயர்ந்த கார்களை வாங்குவதெல்லாம் லக்ஸுரி வகையரா. அதில் இன்னொருவருடன் போட்டி போட்டு வெல்லவே முடியாது. நீங்கள் என்ன வாங்கினாலும் உங்கள் பக்கத்து வீட்டுக்காரர்கள் எவரேனும் ஒருவர் அதை மிஞ்சும் இன்னொன்றை வாங்கிவிடுவார். மிதமிஞ்சிய நுகர்வு தாழ்வுணர்ச்சியைதான் தரும்

ஆற்றில் நீந்துவது, இரவில் கடற்கரையில் முழுநிலா ரசிப்பது, ஏரியை கூட்டாகச் சேர்ந்து தூர்வாறுவது, குடும்பத்துடன் சேர்ந்து நாடகம் போடுவது, யானை முகாமில் யானையைக் குளிப்பாட்டுவது, அனைவரும் சேர்ந்து சமைப்பது, மலைமுகட்டில் ஏறி நின்று சூர்யோதயம் பார்ப்பது, சிற்பங்களை ரசிப்பது, ரீமிக்ஸ் பாட்டெழுதி அம்மாவுடன் ஆடி வாட்ஸாப் பேமிலி குரூப்பில் பகிர்வது இவையெல்லாம் அனுபவத்தில் வருவது. இவற்றுக்கு விலைமதிப்பே கிடையாது. உங்களிடம் பணம் இருந்தால் அதை அனுபவத்தில் முதலீடு செய்யுங்கள், அறிவில் முதலீடு செய்யுங்கள்.

அனுபவமும், அறிவும் கொடுக்கிற இண்டலெக்சுவல் நிமிர்வுக்கு இணையான பிறிதொன்று உலகில் இல்லை.

★

இறுதியாக ஒன்றைச் சொல்லி என் உரையை நிறைவு செய்யலாமென நினைக்கிறேன். இறுதி ரிசல்டை மனதில் வைத்துக்கொண்டே காரியங்களைச் செய்வது தேவையற்ற அழுத்தத்தைதான் உருவாக்கும். வெற்றி தோல்வியைப் பற்றி கவலைப்படாமல் உங்கள் பிராஸஸை நம்புங்கள். பயிற்சியை நம்புங்கள். உழைப்பை நம்புங்கள். வென்றே ஆகவேண்டுமெனும் பயத்தில் படிக்காமல், எனது முழு ஆற்றலையும் அளிப்பேன் எனும் நம்பிக்கையில் பயிற்சி பெறுங்கள். எதைப் பற்றியும் பயப்படாதீர்கள். பயப்படுவதால் பயம் குறையப்போவதில்லை.

பெற்றோர்களே நீங்கள் எவ்வளவு பதட்டமடைந்தாலும் உங்கள் பிள்ளைகளுக்குப் பதிலாக நீங்கள் தேர்வெழுத முடியாது. அவர்களது சுதர்மம் என்ன அவர்கள் செல்லவேண்டிய பாதை என்ன என்பதைக் கண்டுபிடிக்க உங்கள் பிள்ளைகளுக்கு அறிவு ரீதியாக உதவுவதும், தங்கள் கனவுகளை நோக்கிச் செல்வதற்கான பாதையை அமைத்துக்கொடுப்பதும் மட்டும்தான் பெற்றோர்களின் பொறுப்பு. தேவையற்ற பதட்டங்களை அவர்கள் மீது திணிக்காதிருங்கள்.

பல லட்சம் கதவுகளால் ஆனது வாழ்க்கை. ஒரே கதவின் முன்நின்று மண்டையை உடைத்துக்கொண்டிருக்கவேண்டியதில்லை.

நன்றி, வணக்கம்.

டிஜிட்டல் யுகத்தில் பிள்ளை வளர்ப்பு

(கோத்தகிரி ஆல்ஃபா ஜிகே பள்ளியில் ஆற்றிய உரை)

நண்பர்களே...

ஒருமுறை சென்னையில் நடக்கும் இலக்கிய விழா ஒன்றில் கலந்துகொள்வதற்காக எழுத்தாளர் நாஞ்சில் நாடனும், நானும் நீலகிரி ரயிலில் முதல்வகுப்புப் பெட்டியில் பயணித்தோம். தன் மனைவி, மகள் ஏவலர்கள் புடைசூழ ஒரு பேரதிகாரி கோச்சுக்குள் நுழைந்தார். அவர் கையில் ஐந்தடி நீளம் இரண்டடி அகலம் கொண்ட ஒரு பெட்டி இருந்தது. அதை சிரமப்பட்டு படுக்கைகளுக்கு அடியில் திணித்தார்கள். உள்ளே இருப்பது என்னவாக இருக்கும்? டெலஸ்கோப்பா, வீணையா, ராக்கெட் லாஞ்சரா என்றெல்லாம் என் யோசனை அலைபாய்ந்தது.

இரவு உணவுக்குப் பின் ஐபாட், ஹெட்போன் சகிதம் அப்பர் பர்த்தில் படுத்துக்கொண்ட அவரது மகள் (15) டாடி என்று சிணுங்கினாள். பேரதிகாரி எழுந்து பெட்டியை சிரமப்பட்டு இழுத்து திறந்து அந்த மர்மப் பொருளை எடுத்துக்கொடுத்தார். அது ஆளுயர டெட்டி பியர். அதன் மீது காலைப் போட்டு கட்டித் தழுவியபடி படுத்துக்கொண்டாள். சில நிமிடங்கள் கழித்து பொம்மை கீழே விழுந்தது. மீண்டும் டாடி என்று

சிணுங்கினாள். அவர் சிவந்த விழிகளோடு எழுந்து, லைட்டைப் போட்டு பொம்மையை எடுத்துக்கொடுத்துவிட்டு மிடில் பர்த்துக்கு உறங்கச் சென்றார்.

சில நிமிடங்கள் கழித்து மீண்டும் டாடி... விடிய விடிய"கங்கைக்கரைத் தோட்டம்.. கரடிக்குட்டி ஆட்டம்... நாங்கள் நடுவினிலே" சென்னை செண்ட்ரல் வரலாற்றில் ஒரு கோச் முழுக்க சிவந்த விழிகளோடு அமர்ந்திருந்தது அன்றுதான்.

★

எழுத்தாளர் ஜெயமோகனுடன் ஆந்திராவில் சில தொல்லியல் முக்கியத்துவம் வாய்ந்த இடங்களைப் பார்க்கச் சென்றிருந்தோம். ஐ.ஆர்.எஸ் அதிகாரியும், தொல்லியல்துறையின் இயக்குனருமாக இருந்த விசாலாட்சி எங்களுக்கு கிருஷ்ணா நதிக்கரையில் ஓர் இரவு விருந்திற்கு ஏற்பாடு செய்திருந்தார். பயணத்தில் எங்களோடு 6 & 8 வயது மதிக்கத்தக்க இரு மகள்களும் உடன் வந்தனர். கப் மார்க்ஸ், மென்ஹீர்கள், கல்வட்டங்கள், குகை ஓவியங்கள் போன்ற கற்கால காலகட்டத்தைச் சேர்ந்த தொல்லியல் எச்சங்களை அவர்கள் மிகச்சரியாக அடையாளம் கண்டு சொன்னது ஆச்சர்யமளிக்கவில்லை. ஏனென்றால், பிள்ளைகளின் ஒரொரு கேள்விகளுக்கும் விசாலாட்சி சலிக்காமல் சளைக்காமல் சுளிக்காமல் பொறுமையாக விரிவான பதில்களைச் சொல்லிக்கொண்டிருந்தார்.

பேரதிகாரிகளின் குழந்தைகளுக்கென்றே இருக்கக் கூடிய திமிர், அதிகாரம், ஆர்ப்பாட்டம், சிணுங்கல் ஏதுவுமே அந்தப் பிள்ளைகளிடம் இல்லை. நாங்கள் கிருஷ்ணா நதியில் ஒரு குளியல் போட்டு விட்டு வருவதற்குள் ஆற்றுப்படுகையில் இருவரும் தாங்களாகவே டெண்ட் அமைத்திருந்தார்கள். உள்ளே வசதியான படுக்கையும் அமைத்து தலையணையும் வைத்திருந்தார்கள். கூடார கயிறுகள் கச்சிதமாக கட்டப்பட்டிருந்தன. எனக்கு ஆச்சர்யமாக இருந்தது. எங்கே கற்றீர்கள் என்றேன். ஐபாடைத் தூக்கி காண்பித்தார்கள்.

★

மூன்றாவது சம்பவம், நெல்லை புத்தகக் கண்காட்சியில் பார்த்தது. வாசிக்க புத்தகங்கள் வாங்கிக்கொடுங்கள் எனக் கேட்ட ஒரு சிறுவனை கொத்துக் கொத்தாய் நகையணிந்த மேல் மத்தியதரவர்க்க அம்மாவும், அப்பாவும் அடித்து இழுத்துச் சென்றார்கள்.

ஏன் சார் பையனை அடிக்கறீங்க என்று இடைமறித்த என்னிடம், இந்த நாய் டாக்டராகனும்னு வருசத்துக்கு லெட்ச ரூபா பீஸ் கட்டறேன் சார். பொருட்காட்சி வந்தமா பொரிச்ச அப்பளம் சாப்பிட்டமான்னு இல்லாம கண்ட பொஸ்தகத்த வாங்கிக்கேக்கறான் சார். மளிகை சாமான் பொட்டலம் வந்தா அந்தப் பேப்பரை வச்சு படிச்சுக்கிட்டு இருக்கான் சார்... பிச்சைதான் எடுக்கப்போறான் சார்..'

★

நண்பர்களே, எனக்குப் பிறந்தது பிள்ளை அல்ல; அவதாரம். என் வாழ்க்கையே அந்த ஏஜமானனுக்கு அடிமையாய், அடியேன் எளியேன் நாயேன் கடையேன் என ஒரு பெற்றோர்.

இவன் என் மகன். என் சொத்து. இவன் மேல் நான் முதலீடு செய்திருக்கிறேன். இவன் நான் சொல்லும்படிதான் நடந்துகொள்ள வேண்டும் என்று தனது கனவுகளை, ஆசைகளை, அபிலாஷைகளைப் பிள்ளைகள் மீது திணிப்பவர்கள் ஒரு வகை பெற்றோர்.

பிள்ளைகளைத் தங்களுக்குச் சமமாக மதித்து மரியாதையோடும் பொறுப்புணர்ச்சியோடும் நடத்தும் பெற்றோர் ஒருவகை.

என் பிள்ளைக்கும் எனக்கும் எந்த சம்பந்தமும் கிடையாது. அவனுக்கு அவன் வழி. எனக்கு என் வழி. பெத்துட்டேன்னு வளக்கறேன்.. பொறந்துட்டேன்னு அவனும் வளர்றான். இது நான்காவது வகை.

நண்பர்களே இதில் நீங்களும் நானும் எந்த வகை?

★

பிள்ளை வளர்ப்பைப் பற்றி பயிற்சியளிக்க சரியான நபர்கள் உளவியலாளர்கள்தான். ஆனால், எழுத்தாளன் பல்வேறு

அறிவுத்துறைகளோடு பரிச்சயம் கொண்டவன், பல வாழ்பனுபவங்கள் கொண்டிருப்பவன், நுண்ணிய அவதானிப்பும் துல்லிய வெளிப்பாடும் கொண்டிருப்பவன். ஆகவே எல்லா பண்பாட்டிலும் பிள்ளைகள் வளர்ப்பைப் பற்றி பேசுவதில் எழுத்தாளனுக்கு ஓர் அசைக்க முடியாத இடம் இருக்கிறது. எனது அனுபவங்களை, அறிதல்களை, புரிதல்களை உங்களோடு பகிரவும், விவாதிப்பதுமே என் விருப்பங்கள்

★

தத்துவ ஞானி ஓஷோ குழந்தை வளர்ப்பு பற்றி பேசிய உரைகள் தமிழில் 'புதிய குழந்தை' எனும் பெயரில் மொழிபெயர்க்கப்பட்டுள்ளது. மிகச்சிறிய நூல். மிக அருமையானது. வாய்ப்பு உள்ளவர்கள் அவசியம் அதை வாசியுங்கள்.

உங்கள் குழந்தைகள் எல்லாம் உங்கள் குழந்தைகள் அல்ல. அவர்கள் உங்கள் வழியாகப் பூமிக்கு வந்தவர்கள். அவ்வளவுதான். அவர்கள் உங்கள் உடைமை அல்ல. தனித்த ஆளுமையும், சிந்தனையும், தேர்வும், ரசனையும் உள்ளவர்கள். இந்தப் பூமிக்குச் சொந்தமானவர்கள்.

நீங்கள் உங்கள் குழந்தைகளுக்கு ஏதாவது செய்ய நினைத்தால், தயவு செய்து தயவு செய்து அதன் விஷயங்களில் தலையிடாதீருங்கள் என்கிறார் ஓஷோ.

என்னது குழந்தைகளின் விஷயத்தில் தலையிடாதிருப்பதா? சுத்த பைத்தியக்காரத்தனம். சின்னபிள்ளைக்கு என்ன தெரியும். அவன் இஷ்டத்தில் விட்டால் மனம்போன போக்கில் போய்விடுவான் என்கிறீர்களா?

உங்கள் பிள்ளைக்கு முடிவெடுக்கக் கற்றுக்கொடுங்கள். முடிவை நீங்கள் எடுக்காதீர்கள். இன்னும் எளிமையாகச் சொல்கிறேன். சிந்திக்கக் கற்றுக்கொடுங்கள். உங்கள் சிந்தனைகளைக் கொடுக்காதீர்கள். ஒரு முடிவை எடுப்பதற்கு உரிய வழிமுறைகளை, தர்க்கங்களை அதாவது லாஜிக்கை கற்றுக்கொடுங்கள்.

★

என்னுடைய இரண்டாவது டிப்ஸ். தயவு செய்து சர்வாதிகாரியாக இருக்காதீர்கள். நாட்டில் எதிர்பார்க்கும் ஜனநாயகத்தை வீட்டில் செயல்படுத்துங்கள்.

இதைச் செய்; அதைச் செய்யாதே என கட்டளைகளைப் பிறப்பிப்பது. பிள்ளைகள் அதை மீறினால், கடுமையாக தண்டிப்பது இந்த இரண்டினாலும் எந்தப் பயனும் இல்லை. நீங்கள் சர்வாதிகாரமாக தடை செய்யும் ஒன்றை பிள்ளைகள் ரகசியமாக முயன்று பார்ப்பார்கள்.

இன்னின்ன காரணங்களுக்காக இதை நீ செய்தாக வேண்டும், இன்னின்ன காரணங்களுக்காக நீ இதைச் செய்யக் கூடாது என தெளிவாக விளக்குங்கள். அதில் பிள்ளைகளுக்கு ஏதாவது மாற்றுக்கருத்து இருந்தால், அதற்குப் பொறுமையாக செவி கொடுங்கள்.

எங்க.. எனக்கு இதுதான் வேலையா... இத்தச்சோடு பையனுக்கு நான் ஒவ்வொன்னா வெளக்கணுமா என்றால் ஆமாம் விளக்கித்தான் ஆகவேண்டும். ஆபிஸில் மேலாளரிடம் காட்டும் பொறுமையை, வியாபாரத்தில் வாடிக்கையாளரிடம் காட்டும் பொறுமையை பெற்ற பிள்ளைகளிடம் காட்ட மாட்டீர்களா? சமயங்களில் பரஸ்பரம் இருதரப்பும் எரிச்சலடையலாம். ஆனால், கூடுமானவரை ரெஸ்பெக்டபிள் மேனரில் கம்யூனிகேசன் இருப்பதே நல்ல குடும்பத்தின் அடையாளம்.

லூயிஸ் ஹே எழுதிய யூ கேன் ஹீல் யுவர் லைஃப் 50 மில்லியன்களுக்கும் அதிகமாக விற்பனையான புத்தகம். நமது சிந்தனைதான் நமது மனநிலை, உடல்நிலை, வாழ்க்கை வெற்றி ஆகியவற்றைத் தீர்மானிக்கிறது. நேர்மறை சிந்தனை மூலம் உடல் நோய்களைக் குணப்படுத்தலாம் என்பதைக் கண்டறிந்தார். தனக்கு ஏற்பட்ட கர்ப்பப்பை புற்றுநோயை சுயமாக சொஸ்தப்படுத்திக்கொண்டார். அவர் வலுவாக வாதிடும் உண்மை ஒன்றுண்டு. “சிறுவயதில் ஏற்படும் அனுபவங்களே சிந்தனையைத் தீர்மானிக்கின்றன. சிந்தனைகளே ஒருவனின் வாழ்க்கையைத் தீர்மானிக்கின்றன. மோசமான அனுபவத்தை சிறுவயதில் எதிர்கொண்டவர்கள், வாழ்நாள் முழுக்க துயரடைகிறார்கள். உங்கள் பிள்ளைகளின் இளவயது

இனிமையான அனுபவங்களால் நிரம்பியிருக்க உதவுங்கள்.

★

சமீபத்தில் அமெரிக்காவில் இந்திய எஞ்சீனியர் ஒருவர் துப்பாக்கியால் தனது இரு மகன்களையும், மனைவியையும் சுட்டுக்கொன்று விட்டு தன்னைத்தானே சுட்டு தற்கொலை செய்துகொண்டார். சில நாட்களாக அந்த வீட்டில் இருப்பவர்கள் நடமாட்டமே இல்லை. கூடவே துர்நாற்றமும் வீசுகிறது என்று அக்கம்பக்கத்தார் வீட்டை உடைத்துப் பார்த்தார்கள். முதலில் படுகொலை என்றே நினைத்தார்கள். பிறகுதான் தற்கொலை என்று கண்டுபிடித்தார்கள்.

ஆந்திராவில் பிறந்து ப்ளஸ் டூவில் முதல் மதிப்பெண் எடுத்து நம்பர் ஒன் கல்லூரியில் பொறியியல் பயின்றவர். உலகப்புகழ்பெற்ற உயர்கல்வி நிறுவனத்தில் மேலாண்மை பயின்றவர். சிலிக்கான்வேலியில் பகாசுர நிறுவனத்தில் மிகப்பெரிய சம்பளத்தில் வேலை கிடைத்தது. மனதிற்குப் பிடித்த பேரழகியை திருமணம் செய்துகொண்டார். ஐந்து படுக்கையறைகள் கொண்ட வீட்டை விலைக்கு வாங்கினார். அடுத்தடுத்து இரண்டு ஆண் குழந்தைகள். பிள்ளைகளை அமெரிக்காவின் உயர்ந்த பள்ளியில் படிக்க வைத்தார். உயர்தரமான சொகுசு கார்களை வாங்கினார். விதம் விதமான நாடுகளுக்குச் சுற்றுலா சென்றார்கள். உயர்தர ஆடைகள், உயர்தர உணவுகள், உயர்தர தங்கும் விடுதிகள்.

திடீரென ஒரு நாள் வேலை இல்லாமல் ஆனது. மாற்று வேலைக்கு முயன்ற போது வெற்றி கிடைக்கவில்லை. செலவினங்களை சமாளிக்க முடியவில்லை. கடன் வாங்கினார். திருப்பிச் செலுத்த முடியவில்லை. துப்பாக்கியை கையில் எடுத்துவிட்டார்.

இது எதனால் நிகழ்ந்தது? தோல்விக்குத் தயாராகவில்லை. வாழ்நாள் முழுக்க வெற்றி, வெற்றி, வெற்றி என வெற்றியை மட்டுமே பார்த்து வளர்ந்துள்ளார். தோற்கலாம் தப்பில்லை. முயன்று பார்க்கலாம். மீண்டும் எழலாம். முடியாத பட்சத்தில் சொந்த ஊருக்கே கூட திரும்பியிருக்கலாம். ஆனால், தோல்வி

என்ற ஒன்றையே எதிர்கொண்டிராத அவரால் தோல்வியை ஹேண்டில் செய்ய முடியவில்லை.

வெற்றியும் தோல்வியும் வாழ்க்கையின் தவிர்க்க முடியாத இரு அம்சங்கள். உங்கள் பிள்ளைகளுக்குத் தோல்வியை எதிர்கொள்ள பழக்குங்கள்.

லூயிஸ் ஹேவின் புகழ்மிக்க *affirmation* ஒன்றுள்ளது. *'Doors are opening.. Doors are closing... it is only change... I am safe'* தமிழில் சுருக்கமாக சொல்வதானால், ஒருவாசல் மூடி மறுவாசல் திறப்பான் இறைவன்.

★

உங்களில் சிலருக்கு உங்கள் குழந்தையை டாக்டராக்க வேண்டும், எஞ்சீனியர் ஆக்கவேண்டும், ஐஏஎஸ் ஆக்கவேண்டும், விஞ்ஞானி ஆக்கவேண்டும், தொழிலதிபர் ஆக்கவேண்டும், மிகப்பெரிய ஹீரோ ஆக்கவேண்டும் என்றெல்லாம் கனவுகள் இருக்கலாம். இலட்சியம் இருக்கலாம். இருந்துவிட்டுப் போகட்டும்.

ஆனால் அவற்றுக்கு முன்னால்,

என் குழந்தை வாழ்நாள் முழுக்க மகிழ்ச்சியாக வாழவேண்டும். தன்னை மகிழ்ச்சியாக வைத்திருப்பது எப்படி என்று அவனுக்கு கற்றுக்கொடுப்பேன்.

என் குழந்தை பண்பு நலன்களும், குண மேன்மையும் மிக்கவனாக இருக்கவேண்டும். அவன் வாழும் சூழலில் அனைவரது பிரியத்திற்குரியவனாக அவன் இருக்க வேண்டும்.

என் குழந்தை ஆரோக்கியமாக நீண்ட ஆயுள் வாழவேண்டும். அதற்குரிய உணவுமுறை வாழ்க்கை முறையை நான் கற்றுக்கொடுப்பேன்.

விதிகளை மீறாமல் இருக்கவும், சட்டத்திற்குக் கட்டுப்பட்டு வாழவும், தன் உழைப்பில் திறமையில் முன்னேறவும் அவனுக்குக் கற்றுக்கொடுப்பேன். இதை நான்தான் செய்தேன் என பொதுவெளியில் ஒப்புக்கொள்ள முடியாத காரியங்களைச் செய்யாதவனாக, பிறிதொருவனின் துன்பத்திற்கு அவன் ஒருபோதும் காரணமாகி விடாதவனாக வளர்ப்பேன்.

கலை, இலக்கியம், பண்பாடு, வரலாறு, தத்துவம் என ஏதேனும் ஒருதுறையில் ஆர்வம் மிக்கவனாகவும், தனது துறையில் மிகப்பெரிய அறிஞனாக, இந்த உலகின் எந்த மூலையில் இருப்பவனோடும் அறிவில் குறைந்தவனாக இல்லாதிருக்கும்படியும் வளர்ப்பேன்.

★

என்னுடைய நான்காவது டிப்ஸ். உங்கள் பிள்ளையின் ஸ்வதர்மம் அல்லது தன்னறம் எதுவென்பதைக் கண்டுபிடிக்க உதவுங்கள். அந்தப் பாதையில் செல்ல உதவுங்கள். அது என்ன சார் சவர்மான்னு கேக்கறீங்களா? ஷவர்மா இல்லை ஸ்வதர்மா.

நம் மண்ணில் விளைந்த கீதை போன்ற தத்துவ நூல்கள், சோதிடம் போன்ற சாஸ்திர நூல்களின் ஆதார நோக்கமே ஒரு மனிதனின் ஸ்வதர்மம் என்ன என்பதைக் கண்டடையவும் அதில் முழு ஆற்றலுடன் அர்ப்பணிப்புடனும் செயல்பட்டு தன் பிறவி நோக்கத்தை நிறைவேற்ற உதவுவதுதான். இது ஒரு மதத்தின் கருத்தல்ல. இது இந்திய தரிசனம். ஆகவே உங்கள் ஒவ்வொருவருக்கும் உரியது.

இயற்கை அல்லது இறைவன் நம் ஒவ்வொருவருக்கும் ஒரு திறமையை அளித்திருக்கிறான். அதன் நோக்கம் லௌகீகமான ஒரு வாழ்க்கையை உருவாக்கிக்கொண்டு வாழ்ந்து மறைவதற்கல்ல. உதாரணமாக இயற்கை எனக்கு எழுதும் ஆற்றலைக் கொடுத்திருப்பது ஓர் உயர்ந்த நோக்கத்தின் பொருட்டு. அது என்ன என்பதைக் கண்டறிந்து அந்தப் பெருங்காரியத்தை நிறைவேற்றுவதே என் சுதர்மம். தனக்கு இருக்கும் திறமையை எளிய காரியங்களுக்குப் பயன்படுத்துவது தங்க ஏர் கலப்பையைக் கொண்டு வரகுக்கு உழுதது போல.

உங்கள் பிள்ளைக்கு ஒரு திறமை இருப்பதைக் கண்டறிந்தால், அதனால் அவன் வாழ்வே அழிந்துவிடும் என நினைக்காதீர்கள். அந்தத் திறமையை வளர்த்துக்கொள்வதற்கும், அதைக் கொண்டு மிகப்பெரிய காரியங்களை நிகழ்த்துவதற்கும் உரிய வசதிகளைச் செய்துகொடுங்கள். தன்னுடைய உழைப்பினாலும், விடாமுயற்சியாலும் அந்தத் துறையில் உலகின்

முதன்மையானவனாக வருவதற்கு உரிய அனைத்து விதமான அறிவையும் கொடுங்கள். அவையத்து முந்தியிருக்கச் செய்தல் என்பது லட்சக்கணக்கில் காப்பிட்டேஷன் கொடுத்து காலேஜில் சீட் வாங்கிக்கொடுப்பதல்ல. அறிவால் இந்த உலகத்தின் எந்த மூலையில் இருப்பவனை விடவும் நான் ஒருதுளி குறைந்தவன் இல்லை எனும் நிமிர்வை உருவாக்கிக்கொடுப்பது.

★

டிஜிட்டல் யுகத்தில் எதிர்கொள்ளும் சில சவால்களும் அவற்றுக்கான தீர்வுகளையும் சுருக்கமாகப் பார்க்கலாம். எனக்கு இரண்டு மகள்கள் மூத்தவள் இளவெயினி. 5-ஆம் வகுப்பு படிக்கிறாள். இளையவள் இளம்பிறை 1-ஆம் வகுப்பு படிக்கிறாள்.

இரண்டாண்டுகளுக்கு முன்பு நான் எழுதி மீப்பெரும் புகழடைந்த வாசிப்பது எப்படி எனும் புத்தகத்தில் எலெக்ட்ரானிக்ஸ் கருவிகளின் தீமையைப் பற்றி, ஸ்கீரின் டைம் பற்றி, செல்போன் பயன்பாடுகளைப் பற்றி மிகக்கடுமையாக விமர்சனம் செய்து எழுதியிருக்கிறேன். அவை கட்டுப்படுத்தப்பட வேண்டும் என கறாராக விமர்சனம் செய்திருக்கிறேன். ஆனால், கொரானா காலகட்டம் எனது சிந்தனையை மாற்றியுள்ளது. புதிய உலகைப் புரிந்துகொள்ளாமல், தொழில்நுட்பத்தை முழுமையாக எதிர்ப்பது ஒரு பூமர் அங்கிள்தனமான சிந்தனை என்று இப்போது நினைக்கிறேன்.

டிஜிட்டல் என்று வரும்போது இரண்டு வகையான பெற்றோர்களைப் பார்க்க முடிகிறது. சார் இன்னும் பத்தாண்டுகளில் ரோபோ வந்திருமாம் சார். ஏதோ ஆர்ட்டிபிஷியல் இண்டலிஜென்ஸாம். எல்லா வேலையையும் அதுவே செஞ்சிடுமாம். பையனுக்கெல்லாம் வேலை இருக்குமான்னே தெரியலை அதான் அவனை பைதான் கத்துக்கோன்னு ஆறாங்கிளாஸ்லயே அனுப்பிட்டேன் எனும் முன்ஜாக்கிரதை மன்னர்கள்.

ஸ்கீரின் டைம் இவ்ளோ நேரமா? எந்நேரமும் கம்ப்யூட்டரைக் கட்டிக்கிட்டு அழுறீயே? அந்த செல்போன்ல அப்படி

என்னதான் இருக்கோ... நோண்டிக்கிட்டே இருக்கியே? என விஜிலென்ஸைக் கூட்டிக்கொண்டே இருப்பவர்கள் இன்னொரு ரகம்.

முதலில் ஒன்றை நாம் நன்றாகப் புரிந்துகொள்ளவேண்டும். பெற்றோர்களாகிய நாம் டிஜிட்டல் வந்தேறிகள். வந்த இடத்தில் வாய் பேசாமல் இருக்க வேண்டும். அது என்ன சார் டிஜிட்டல் வந்தேறி? தன் சிந்தனைகளுக்காக புக்கர் புலிட்ஸர் போன்ற உயரிய விருதுகளைப் பெற்ற பத்திரிகையாளர் தாமஸ் எல் ஃப்ரீட்மேன் ஒரு கட்டுரையில் இந்தத் தெளிவான க்ளாஸிபிகேஷனை முன்வைக்கிறார். நாம் பிறக்கும்போது இண்டர்நெட் இல்லை. சோஷியல் மீடியா இல்லை. டிஜிட்டல் எனும் வார்த்தை கூட உருவாகவில்லை. ஆகவே இணையத்தைப் பொருத்தவரை நாம் வந்தேறிகள். நம் பிள்ளைகளோ டிஜிட்டல் யுகத்தில் பிறந்தவர்கள். டிஜிட்டல் உலகத்தின் மண்ணின் மைந்தர்கள். வந்தேறிகளான நாம் மண்ணின் மைந்தர்களோடு தொடர்ந்து மோதிக்கொண்டே இருக்கிறோம். அதற்குப் பதிலாக பரஸ்பரம் இருவரும் ஒருவரையொருவர் புரிந்துகொள்ள முயற்சி செய்தால், உரையாடினால் பாதி பிரச்னைகள் தீர்ந்து விடும்.

சார் எந்நேரமும் போன்ல டுச்சுக்கும் டுச்சுக்கும்னு சுட்டுக்கிட்டே இருக்கான் சார். எவன் எவன் கூடயோ டேய் மாப்ள அவன போடுறா இவன தூக்குறான்னு வெளாண்டுகிட்டே இருக்கான் சார்... நான் வந்தேறின்னு அவனைக் கண்டுக்காம போயிடணுமா சார்... ? என்கிறீர்களா... இல்லவே இல்லை... நீங்களும் அவனோடு அமர்ந்து விளையாடணும். குடும்பமா உட்கார்ந்து விளையாடினா, அவன் ஏன் சார் பப்ஜி மதனுக்குப் பணம் அனுப்பறான்? ஒருத்தனுக்கு எவ்வளவு டென்சன் இருந்தா துப்பாக்கியை எடுத்து வீடியோ கேம்ல அத்தனை பேரை சுடுவான்? அது எவ்வளவு பெரிய ஸ்ட்ரெஸ் ரிலீஃப்? சார் நீங்க படிச்சப்போ வெள்ளிக்கிழமை சாயங்காலம் தூக்கி வீசுன ஸ்கூல் பையை திங்கள்கிழமை காலைலதான் சார் தேடி எடுப்பீங்க... உங்க பையனை வீக் எண்டுல நீங்க கொஞ்ச டார்ச்சரா சார் பண்றீங்க... நீங்க படுத்தற பாடுக்கு அவன் உண்மையான துப்பாக்கியை எடுத்துல்ல சார் சுடணும்... மேத்ஸ் டியூசன், பிசிக்ஸ் டியூசன், டான்ஸ் கிளாஸ், பாட்டு

கிளாஸ், ஷட்டில் கிளாஸ், ஸ்விம்மிங் கிளாஸ், கோச்சிங் கிளாஸ், கண்ணாடி கிளாஸ்.

உண்மையில் உங்கள் பையன் வீடியோ கேம் விளையாடுவதைக் குறைத்துக்கொள்ளவேண்டுமென நீங்கள் விரும்பினால், அதில் இருக்கும் ஸ்ட்ரெஸ் ரிலீஃப், விளையாட்டு இன்பம் இரண்டையும் புரிந்துகொள்ள வேண்டும். குடும்பமாக அமர்ந்து விளையாட்டால் உறவும் பெருகும். நேரமும் பையனும் கட்டுக்குள் இருப்பார்கள்.

★

லாக்டவுண் காலத்தில் என் மூத்தமகள் ஆன்லைனில் நிறைய விஷயங்களைக் கற்றுக்கொண்டாள். மண்டலா ஓவியங்கள், வார்லி ஓவியங்கள், காகித கிராஃப்ட்டுகள், வாய்ப்பாட்டு என பல வகுப்புகள். வீட்டில் இருந்த சிறுவர் புத்தகங்களை எல்லாம் வாசித்து முடித்துவிட கிண்டில் ஒன்று வாங்கிக்கொடுத்தேன். கிண்டிலில் உலக அளவில் சிறந்த நூல்களையெல்லாம் வாசிக்க ஆரம்பித்தாள்.

லாக்டவுணில் வீட்டில் இருந்த நான் ஆன்லைனில் டான் ப்ரவுன், ஸ்டீபன் கிங் போன்ற மாபெரும் எழுத்தாளர்களிடம் கிரியேட்டிவ் ரைட்டிங் வகுப்புகள் சென்றேன். திரைக்கதை பயிற்சி வகுப்புகளில் கலந்துகொண்டேன். மிகப்பெரிய தத்துவப் பேராசிரியர்களிடம் தத்துவ வகுப்புகளில் கலந்துகொண்டேன். நானும் என் மனைவியும் குருஜி சௌந்தரிடம் யோகாசனம் கற்றுக்கொண்டோம். அதே சமயம் என் உறவுக்கார அண்ணன் ஒருவர் யூட்யூபில் குக்கரைப் பயன்படுத்தி எப்படி சாராயம் காய்ப்பது என்று கற்றுக்கொண்டார். கலைத்தாகத்தில் ஒருநாள் குக்கர் வெடித்து வீட்டின் மேற்சுவர் இடிந்து விழுந்து ஏழுநாட்கள் மருத்துவமனையில் இருந்தார்.

அப்போது ஒன்றைத் தெரிந்துகொண்டோம். இந்த டிஜிட்டல் உலகம் திறன் மேம்பாட்டிற்கான வாசலை விரிவாகத் திறந்து வைத்திருக்கிறது. கற்றுக்கொள்ளும் தாகம் கொண்ட ஒருவருக்கு உலகின் தலைசிறந்த பல்கலைக்கழகங்களில், தலைசிறந்த ஆசிரியர்களிடம் கற்றுக்கொள்ளும் வாய்ப்பை ஏற்படுத்தித்

தருகிறது. இதனால், நேரம், பணம் மிச்சமாகிறது.

கற்றலின் புதிய சாளரம் டிஜிட்டல் குடிமகன்களுக்காகத் திறந்துவிடப்பட்டுள்ளது. உலக வரலாற்றில் நமக்கு முந்தைய எந்த தலைமுறைக்கும் இல்லாத பெருவாய்ப்பு இது.

★

காலையில் எழுந்ததும் முதல் 5 நிமிடத்திற்குள் போனைப் பார்த்துவிடுகிறோம். ஒரு சராசரி அமெரிக்கன் நாளொன்றுக்கு 50 தடவைக்கும் மேல் போனை எடுத்துப் பார்க்கிறார் என்கிறது ஓர் ஆய்வு. இந்தியர்கள் இவ்விஷயத்தில் அமெரிக்கர்களுக்கு சளைத்தவர்களாக இருக்கமாட்டார்கள் என்பதே என் துணிபு. நம் கையில் வைத்திருப்பது ஒரு கருவி மட்டுமல்ல. அதுதான் இன்று நாம் வாழும் உலகம். indispensable scientific invention. தவிர்க்க முடியாதது;

நீங்கள் எத்தனை தடை விதித்தாலும் இன்றைய தலைமுறை ரெலவன்ஸோடு இருக்கவும், முக்கியமானவனாக நடத்தப்படவும், இந்த உலகோடு தன்னை பொருதிக்கொள்ளவும் எப்படியும் டிஜிட்டல் கருவிகளைப் பயன்படுத்தத்தான் போகிறார்கள். சோஷியல் மீடியாவில் அக்கவுண்ட் வைக்கத்தான் போகிறார்கள். மீம்ஸ் கிரியேட் செய்யத்தான் போகிறார்கள்.

நீ விற்கிற இடத்தில் கூட்டம் இல்லையென்றால், கூட்டம் இருக்கிற இடத்தில் சென்று வியாபாரம் செய் என்பார்கள். கல்வியும் இன்று அந்த நிலைமையில்தான் உள்ளது. அவர்கள் உலகத்திற்குள் ஊடுருவிச் சென்று ஒருவகையான கேமிபிகேஷன் செய்துதான் எதனையும் கற்பிக்க வேண்டியுள்ளது.

நோட்டிபிகேஷன்களை அணைத்து வைப்பது, ஃபேமிலி டைமில் போனை நோண்டாமல் இருப்பது, உணவு மேஜை, படுக்கையறை, பூஜையறை, பாத்ரூம் போன்ற இடங்களுக்கு ஃபோனை தவிர்ப்பது, மனைவி, பிள்ளைகள், மானேஜர்களிடம் சொல்ல நினைப்பதை வாட்ஸாப் ஸ்டேட்டஸாக வைப்பது, தூங்கச் செல்வதற்கு ஒரு மணி நேரத்திற்கு முன்பு ஒளிரும் திரைகளில் இருந்து விலகியிருப்பது போன்றவை நாம் எல்லாருமே கைக்கொள்ளவேண்டிய டிஜிட்டல் ஹைஜீன்கள்.

அவை குழந்தைகளுக்கும் கற்றுக்கொடுக்கப்பட வேண்டும்.

★

Dont be naive.

செக்ஸ்டிங், சைபர் புல்லியிங், ஹாக்கர்ஸ், ஆன்லைன் சூதாட்டங்கள், போர்னோகிராஃபி போன்றவற்றைப் பற்றி நீங்களும் தெரிந்துகொள்ளுங்கள். பிள்ளைகளையும் எச்சரித்து வையுங்கள்.

பாஸ்வேர்டு செக்யூரிட்டியின் அவசியத்தைப் பற்றி புரியவையுங்கள். ஏன் அடிக்கடி பாஸ்வேர்டு மாற்ற வேண்டும். பாஸ்வேர்டு எளிதில் யூகிக்கக் கூடியதாக இல்லாமல் இருக்கவேண்டும்.

ப்ரொபைல் சேஃப்டி, தனிப்பட்ட தகவல்களை, விஷயங்களைப் பொதுவெளியில் பகிராமல் இருப்பது கற்றுக்கொடுக்கப்பட வேண்டும்.

அடிக்கடி உணர்ச்சிகளை ஸ்டேட்டஸாக வைப்பதும் ஒரு தவறு. ஐ ஃபீல் ஐயாம் டன். ஐயாம் குவிட் என்றெல்லாம் உங்கள் உளநிலைகளை வெளிப்படுத்தினால், அதை சாதகமாகப் பயன்படுத்திக்கொள்ளத் துடிப்பவர்கள் உண்டு.

மொத்தத்தில் டிஜிட்டல் ஹைஜீன் என்றால் என்ன என்பதைப் பற்றி பெற்றோர்கள் ஒவ்வொருவரும் அறிந்துகொள்ளவேண்டும். நான் என்னத்தங்க கண்டேன். அவந்தான் ரூம்ல எந்நேரமும் கம்ப்யூட்டர் முன்னால இருப்பான் என்று வெகுளித்தனமாகப் பேசுவதில் பொருள் இல்லை.

நிர்வாகத்தில் believe all, supervise everyone என்பார்கள். உங்கள் பிள்ளைகளை *100%* முழுமையாக நம்புங்கள். சுதந்திரமாக செயல்பட அனுமதியுங்கள். ஆனால், சரிபாருங்கள்.

★

டிஜிட்டல் கருவிகளைப் பயன்படுத்தினால் கெட்டது நடந்துவிடுமோ எனும் 'டெக்னோஃபோபியாவை' கைவிட்டுவிட்டு, இதன் சாத்தியங்களை, நம் பிள்ளைகளின்

அறிவில் இவை ஏற்படுத்தும் பாரதூரமான விளைவுகளை, அவர்களுக்கு உருவாக்கிக்கொடுத்திருக்கும் வாய்ப்புகளை எண்ணிப்பாருங்கள்.

இது போட்டிகள் நிறைந்த உலகம். ஐஏஎஸ் தேர்வுக்குத் தயாராகும் அளவுக்குப் படித்தால்தான் விஏஓ ஆகமுடியும் என்கிற சூழல். சில படிப்புகளுக்கெல்லாம் 200க்கு 201 கட் ஆஃப் கேக்கறான். உங்கள் பிள்ளைகளுக்காக நீங்கள் தேர்வு எழுத முடியாது, விளையாட முடியாது.

நம்மால் செய்ய முடிந்ததெல்லாம், அவர்களுக்குரிய *facility* களை உருவாக்கிக்கொடுப்பது ஒன்றுதான்.

இந்த அருமையான நாளில், உங்களோடு உரையாடி சில கருத்துக்களைப் பகிர்ந்துகொள்ளும் வாய்ப்பை ஏற்படுத்திக்கொடுத்தவர்களுக்கு என் மனப்பூர்வமான நன்றிகளும் வாழ்த்துக்களும்.

இறுதியாக ஒன்றை மட்டும் சொல்லி அமைகிறேன். எனது நண்பர் ஒருவர் கோவையில் மிகப்பெரிய தொழிலதிபர். அறுபது வயதை நெருங்குகிறார். அவரது அப்பாவிற்கு வயது 87. அவரும் மிகப்பெரிய சாதனையாளர். இந்த வயதிலும் உலகம் முழுக்க பயணம் செல்பவர். சமீபத்தில் அவர் ஒரு *parenting* புத்தகத்தை வாசித்துக்கொண்டிருந்ததைக் கண்டேன். என்ன சார் இந்த வயதில் பேரண்டிங் புத்தகம் என கேட்டேன். அறுபது வயதானாலும் சௌந்தர் என் மகன்தான். பேரண்டிங்க் என்பது வாழ்நாள் முழுக்கக் கற்றுக்கொள்ள வேண்டியது என்றார். அதையே உங்களுக்கும் சொல்லி அமைகிறேன்.

நன்றி வணக்கம்.

★★★

செல்வேந்திரன்

(ஆகஸ்ட் 22, 1982)

தமிழில் எழுதிவரும் எழுத்தாளர், கட்டுரையாளர் மற்றும் சொற்பொழிவாளர். இதழியலாளராகப் பணிபுரிந்தவர். அர்த்தமண்டபம் எனும் நிறுவனத்தை சென்னையிலும், கோயம்புத்தூரிலும் நடத்தி வருகிறார்.

வாழ்க்கைக் குறிப்பு

செல்வேந்திரன் ஆகஸ்ட் 22, 1982 அன்று தூத்துக்குடி மாவட்டத்திலுள்ள சாத்தான்குளத்தில் பிறந்தார். கதிரேசன் மற்றும் மெர்ஸி பாப்பா தம்பதியினருக்கு கடைசி மகன். உடன் பிறந்தவர்கள் இரண்டு அண்ணன்கள் மற்றும் இரண்டு அக்காக்கள். சாத்தான்குளம் தூய இருதய ஆண்கள் பள்ளியில் பத்தாம் வகுப்பு வரை பயின்றார். பின்னர் குடும்பச் சூழல் காரணமாக பள்ளிப்படிப்பு பாதியில் தடைபட்டது. அப்பாவின் தீப்பெட்டி ஆபீசில் வேலை பார்த்தார். அண்ணாமலை பல்கலைக்கழகத்தின் தொடர்கல்வி திட்டத்தில் இளங்கலை அரசியல் அறிவியலில் தேர்ச்சி பெற்றார். மனைவி திருக்குறளரசி. பிள்ளைகள் இளவெயினி மற்றும் இளம்பிறை.

இலக்கிய வாழ்க்கை

2004-2008 வரை ஆனந்த விகடனின் சர்குலேஷன் பிரிவிலும், 2009-2020 வரை தி ஹிண்டு (ஆங்கில நாளிதழ்) விற்பனை மற்றும் விநியோகப் பிரிவில் பணியாற்றினார். இந்த கால கட்டங்களில் அரசியல், சமூகம், இலக்கியம் சார்ந்த கட்டுரைகளை எழுதியிருக்கிறார். இளமை காலத்தில் 'செம்புலம்' எனும் கையெழுத்துப் பிரதியை நடத்தினார். ஆனந்த விகடன், தி ஹிந்து தமிழ் போன்ற இதழ்களில் கட்டுரைகள் எழுதினார். விஷ்ணுபுரம் இலக்கிய வட்டம் ஒருங்கிணைப்பாளர்களில் ஒருவர். திரைப்படம் மற்றும் தொலைக்காட்சி நிகழ்ச்சிகளுக்கு திரைக்கதை, வசனங்கள் எழுதுகிறார். அர்த்தமண்டபம் என்ற நிறுவனத்தின் மூலம் இலக்கியம், வணிகம், சினிமா மற்றும் பிற துறைகளில் சாதித்தவர்களுக்கு தன்வரலாற்று நூல்கள் வெளிவர உதவுகிறார். வாசிப்பு, இலக்கியம் மற்றும் விற்பனை குறித்த பல உரைகளை ஆற்றி வருகிறார். கோவையில் மொழிபெயர்ப்பாளர் நரேனுடன் இணைந்து 'சொல்முகம்' என்ற வாசகர் வட்டத்தை உருவாக்கி மாதக் கூடுகைகள் நடத்தி வருகிறார்.

ஆவணப்படம்

அஜிதனுடன் இணைந்து எழுத்தாளர் ஜெயமோகனுக்கான 'நீர், நிலம், நெருப்பு' ஆவணப்படத்தைக் கொணர்ந்தார். வண்ணதாசனுக்காக 'நதியின் பாடல்' எனும் ஆவணப்படத்தை இயக்கினார்.

இலக்கிய இடம்

மெல்லிய கேலியும் பகடியும்கொண்ட நடையில் பயணக்கட்டுரைகள், தன்முன்னேற்றக் கட்டுரைகள் மற்றும் சமூக ஆய்வுக்கட்டுரைகளை எழுதி வருபவர். இவர் எழுதிய வாசிப்பது எப்படி என்னும் நூல் வாசிப்புப் பழக்கத்தை மேம்படுத்துவதற்கான வழிமுறைகளை ஒரு தமிழ் இலக்கிய வாசகராக அதிலிருந்து பெற்ற அனுபவத்தின் வாயிலாகக் கண்டடைந்தவற்றைப் பகிர்ந்து கொள்வது. பாலை நிலப்பயணம் எழுத்தாளர் ஜெயமோகன் மற்றும் பன்னிரெண்டு நண்பர்களுடன் ராஜஸ்தான் ஜெய்பூரிலிருந்து குஜராத் கட்ச் வரையான பயணத்தைப் பற்றிய ஒரு பயணியின் குறிப்புகள் அடங்கிய நூல். பாலைப் பயணமும், அதன் பண்பாடு, கலாச்சாரம் மற்றும் வரலாற்றுக் குறிப்புகளும் உள்ளடங்கியது. பெருவெற்றுக் காலம் நூல் கொரோனா காலகட்டத்தின் அனுபவக் குறிப்புகளைக் கொண்டது. மேடைப்பேச்சின்

பொன்விதிகள் புத்தகம் தரமான மேடைப்பேச்சாளராக வேண்டுமென விரும்புபவர்களுக்கான வழிகாட்டுதல்களைக் கொண்டது.

படைப்புகள்

முடியலத்துவம் - கவிதைத் தொகுப்பு
வாசிப்பது எப்படி – ஜூலை 2020
பாலை நிலப்பயணம் – ஜூலை 2020
நகுமோ லே பயலே – ஆகஸ்ட் 2020
உறைப்புளி – ஏப்ரல் 2020
பெரும்வெற்றுக் காலம் - ஆகஸ்டு 2022
மேடைப் பேச்சின் பொன்விதிகள்! - ஜனவரி 2023

மொழிபெயர்க்கப்பட்டவை

How to Read - 'வாசிப்பது எப்படி' நூலின் ஆங்கில மொழியாக்கம்
நன்றி: தமிழ் விக்கி

உரை நிகழ்ச்சிகளுக்கு அழைக்க:

செல்வேந்திரன் கல்வி நிறுவனங்கள், இலக்கிய அமைப்புகள், தமிழ்ச் சங்கங்கள், தொழில் நிறுவனங்கள், பிற அமைப்புகள் ஏற்பாடு செய்யும் நிகழ்வுகளில் பல்வேறு தலைப்புகளில் சிறப்புரைகள் நிகழ்த்தி வருகிறார். தாங்கள் ஒருங்கிணைக்கும் நிகழ்ச்சிகளில் எழுத்தாளர் செல்வேந்திரனை அழைக்க விரும்புவோர் தொடர்பு கொள்ளலாம். 9787050464 / 9003931234

www.ingramcontent.com/pod-product-compliance
Ingram Content Group UK Ltd.
Pitfield, Milton Keynes, MK11 3LW, UK
UKHW042131021026
15589UKWH00003B/747

9 789395 511315